AF507735

കഥകൾ കൊണ്ട് ഒരു ചിത്രം വരയ്ക്കാം

സമാഹരണം

ലെറ്റേഴ്സ്‌ബേ

AALEKHYA

4 of 91

ഉള്ളടക്കം

ശ്രീലക്ഷ്മി ടി ആർ

2001 ഫെബ്രുവരി 20ന് കോട്ടയം ജില്ലയിൽ ജനനം. എം.ജി. യൂണിവേഴ്സിറ്റിയിൽ നിന്നും BA, MA മലയാളം ബിരുദം ഒന്നാം റാങ്കോടെ നേടി. ബാച്ചിലർ ഓഫ് എഡ്യുക്കേഷൻ വിദ്യാർത്ഥി.

പിതാവ്: രഘു. എം; മാതാവ്: യമുന വി.എൽ.

ഇൻസ്റ്റാഗ്രാം   : .s.r.e_.e._
ഇ-മെയിൽ   : trsreelakshmi094@gmail.com

ചിത്രത്തിലെ അയാൾ

✤

"എനിക്ക് പോണം. പോയേ തീരൂ.." അന്ത്യശാസനം പോലെ സുജിനി പറഞ്ഞു.

"പോകാം. നേരമൊന്നു വെളുത്തോട്ടെ. നീ എന്താ കൊച്ചു കുട്ടികളെ പ്പോലെ തുടങ്ങ്ണത്. നമ്മളിന്ന് പോയി വന്നതല്ലേയുള്ളൂ. നാളത്തെക്കൊണ്ടാ ന്നും അഷ്ടമി തീരില്ല. നീ ഒന്ന് ഉറങ്ങ്." രവി തിരിഞ്ഞു കിടന്നു.

ചിന്തകളുടെ ഭാരം താങ്ങാനാവാതെ സുജിനി കണ്ണുകൾ ഇറുക്കിയട ച്ചു. ഉറക്കത്തോടുള്ള പിണക്കം പ്രഖ്യാപിച്ച കൺതടത്തിൽ കറുത്ത വലയം പ്രത്യക്ഷപ്പെട്ടിരുന്നു. അസഹ്യമായ കൂർക്കം വലിക്കിടയിലൂടെ മൊബൈൽ എടുത്തപ്പോൾ അവളുടെ നെഞ്ചിടിപ്പ് പതിന്മടങ്ങ് വർദ്ധിച്ചു. 3:59 എ. എം. അ ലാറം കൂകിയുണർത്താൻ കൃത്യം ഒരു മിനിറ്റ് ബാക്കി. നിത്യജീവിതത്തിൽ അകാരണമായ സന്തോഷം നൽകുന്ന ചില നിമിഷങ്ങളിൽ ഒന്നാണിത്. തലേദി വസം അലാറം വെച്ച് മയങ്ങി അതുണർത്തുന്നതിനു മുന്നേ ഉണരുന്ന മനസ്സി ന്റെ വിക്യതി അവളേറെ ആസ്വദിച്ചിരുന്നു. ഞായറാഴ്ചകളിലൊഴികെ.

ഗവൺമെന്റ് സ്കൂളിലെ അധ്യാപികയുടെ ജീവിതം, കുട്ടികളും അന്തി യാകുവോളം നീണ്ടുനിൽക്കുന്ന മീറ്റിങ്ങുകളും, അഞ്ചരയുടെ കെ.എസ്.ആർ. ടി.സിയിൽ ഓടിക്കയറി സൈഡ് സീറ്റിനായി പരതുന്ന കണ്ണുകളും. പിന്നെ ചിന്തകളുടെ ഊഴമാണ്. ബസ്സിലെ യാത്രകളെ പറ്റി ആലോചിച്ചിട്ടുണ്ടോ? എന്തുകൊണ്ടാണ് ബസ്സിന്റെ ജനലരികിലെ സീറ്റിലിരിക്കാനും പാട്ടുകേട്ട് യാത്ര ചെയ്യാനും മനുഷ്യർക്ക് ഇത്ര തിടുക്കം? വിഷമകരമായ ജീവിതാനുഭവങ്ങളെ കുറച്ചു നേരത്തേക്കെങ്കിലും മറക്കാൻ, നഷ്ടമായ ഒരു പിടി നല്ല അനുഭവങ്ങളെ ഓർത്തെടുത്ത് ഹൃദയം കൊണ്ടൊന്നു പുഞ്ചിരിക്കാൻ ജനലരികിലെ പുതിയ കാഴ്ചകളും അനുഭവങ്ങളും മനുഷ്യരെ ക്ഷണിക്കുന്നു. തനിക്ക് ബസ് യാത്ര ഏറ്റവും പ്രിയപ്പെട്ടതാകാനുള്ള കാരണവും ഇതുതന്നെ. ഒടുവിൽ ജംഗ്ഷനിൽ

ഇറങ്ങി പച്ചക്കറിയും മറ്റും വാങ്ങി യജമാനനോട് കൂറുപുലർത്തുന്ന നായ്ക്കുട്ടിയെ പോലെ വലിയ ശബ്ദത്തോടെ മലർക്കെ തുറന്നു വരുന്ന ഗേറ്റ് കടന്നു വീട്ടിലെത്തുന്നതോടെ ഒന്നാം രംഗം അവസാനിക്കുന്നു. രണ്ടാം രംഗം വീടാണ് കേന്ദ്രം. സ്കൂളിലും വീട്ടിലുമായുള്ള പകർന്നാട്ടങ്ങളിൽ ഒരിടത്താവളമാ ണവൾക്ക് ഞായർ.

എന്നാൽ ഇന്ന് അതല്ല! തലേന്ന് കണ്ട ചിത്രം. അയാളുടെ മുഖം. കഷണ്ടി കയറിയ നെറ്റിത്തടം, മൂർച്ചയുള്ള നോട്ടം, കൊതി ചിറകു വിരുത്തിയ ചിരി, കള്ളിമുണ്ടും നിറം മങ്ങിയ ഷർട്ടും ധരിച്ച ഇരുമ്പുറച്ച ദേഹം. നീണ്ട ഇരുപതു വർഷങ്ങൾക്കിപ്പുറം താൻ അന്വേഷിച്ചുകൊണ്ടിരുന്ന ചോദ്യത്തിന് ഉത്തരം കിട്ടിയിരിക്കുന്നു. ചൂണ്ടയിൽ കുരുങ്ങിയ മീനിനെപ്പോലെ സുജിനി ഞെട്ടിപ്പിടഞ്ഞെഴുന്നേറ്റു. വിറയാർന്ന കൈകളോടെ ഫോണിലെ ഗാലറിയിലെ തലേന്നത്തെ ചിത്രത്തിൽ അവളുടെ മനസ്സുടക്കി. അഷ്ടമി തിരക്കിൽ ബീച്ച് സൈഡിൽ ഭർത്താവും മകളും താനും ഒന്നിച്ച സെൽഫി. പശ്ചാത്തലത്തിൽ ഐസ്ക്രീം വിൽക്കുന്ന അയാളുടെ മുഖം. ഇരുപത് വർഷങ്ങൾക്കിപ്പുറമൊരു അഷ്ടമിത്തിരക്കിൽ തന്റെ പാവാട പ്രായത്തിന് കരിനിഴൽ വീഴ്ത്തിയ അതേ മുഖം. സ്കൂളിനു ശേഷം നേരെ വീട്ടിലേക്ക് പോകാതെ കൂട്ടുകാരിയുമായി അഷ്ടമി വഴിയോരങ്ങളിൽ നടന്ന നേരം. ഐസ്ക്രീം നീട്ടിയ കൈകൾ മാറിലേ ക്ക് അമർന്ന നിമിഷം. ഒച്ച വെച്ചാൽ വീട്ടുകാരുടെ മുന്നിൽ പിടിക്കപ്പെടുമെന്ന് ഭയന്ന് എന്തുചെയ്യണമെന്നറിയാതെ പകച്ചു നിന്നതും, കാശ് വേണ്ട മോളെ എന്ന് അമർത്തി പുഞ്ചിരിച്ച് അയാൾ അപ്രത്യക്ഷമായതുമായ രംഗം. അതിൽപിന്നെ ഐസ്ക്രീമുകൾ അവൾക്ക് ഒരു പേടി സ്വപ്നമായിരുന്നു.

"ഐസ്ക്രീം ഇഷ്ടമല്ലെന്ന് പറയുന്ന ആളെ ആദ്യായിട്ടാ കാണണെ."

മനസ്സിന്റെ വീഴ്ച മറ്റുള്ളവർക്ക് പരിഹസിക്കാനുള്ള കാരണമായി. അല്ലെങ്കിലും ഒരാളുടെ കുറവുകൾ കണ്ടെത്തി പരിഹസിക്കാനാണല്ലോ എല്ലാവർക്കും പ്രിയം. എന്നാൽ, അതു കേൾക്കേണ്ടി വരുന്ന വ്യക്തികളുടെ മാനസികാവസ്ഥ എത്ര ദയനീയമാണ്. എല്ലാ സത്യങ്ങളും വെളിപ്പെടുത്താൻ പ്രയാസമാണെന്നിരിക്കെ അതിനെ മുതലെടുക്കാൻ ശ്രമിക്കുന്ന കഴുകൻ മന സ്സുകൾ.

'കഷ്ടം!' അവൾ മനസ്സിൽ പറഞ്ഞു. ഭർത്താവിനും മകൾക്കും ഒപ്പം നിൽക്കുന്ന മുപ്പത്തിയഞ്ചുകാരിയുടെ പ്ലാസ്റ്റിക് ചിരി കണ്ട് അവൾക്ക് തന്നോട് തന്നെ അമർഷം തോന്നി. ചേർത്തുപിടിക്കാൻ ഇന്ന് ഒരുപാട് പേരുണ്ടെങ്കിലും ചില പാതകൾ നാം സ്വയം താണ്ടേണ്ടവയാണ്. ചിത്രത്തിലെ അയാളുമായുള്ള സമസ്യയ്ക്ക് ഉത്തരം കാണേണ്ടതും തന്റെ കടമയാണ്. ഇന്നത്തോടുകൂടി ആ ഭാരം ഇറക്കി വെയ്ക്കണം.

രവി ഇനിയും ഉണർന്നിരുന്നില്ല. കോൾഗേറ്റിന്റെ അവസാന ശ്വാസത്തെയും ഞെക്കി പിഴിഞ്ഞ് ബ്രഷ് ചെയ്തു. ആവിപാറുന്ന പുട്ടും കടലയും ഉണ്ടാക്കി ഡൈനിങ് ടേബിളിൽ നിരത്തി. കുളിച്ച് വേഷം മാറി റോസ് നിറമുള്ള ഓർഗൻസാ സാരിയുടുത്ത് നനവുമാറാത്ത മുടിയിഴ വിതർത്തിട്ട്

സുജിനി തയ്യാറായി. അയാളെ കണ്ടെത്തുക മാത്രമാണ് ഇന്ന് തന്റെ ദൗത്യം. രവിക്കോ മകൾക്കോ തന്റെ യാത്രയുടെ രഹസ്യം ഇനിയും പിടികിട്ടിയിട്ടില്ല. അമ്മയുടെ പതിവ് വാശികളിലൊന്നായി തന്നെ ഇതിരിക്കട്ടെ.

അവരോട് യാത്ര പറഞ്ഞിറങ്ങിയ അവളുടെ നോട്ടം ആദ്യം പതിഞ്ഞത് അയൽപക്കത്തേക്കാണ്. അപ്പുറത്തെ ശാരദേടത്തിയുടെ പുഞ്ചിരിക്കുന്ന മുഖം ഇന്നില്ല. തെക്കേതൊടിയിൽ അവർ ശയിച്ചതിനുശേഷം മക്കളെല്ലാം പുറംനാടുകളിലേക്ക് ചേക്കേറി. സാമ്പാറും ചീരത്തോരനും വിശേഷ വിഭവങ്ങളും നാട്ടുവർത്താനങ്ങളും കൈമാറിയിരുന്ന മതിൽക്കെട്ട് നിശബ്ദം. വേരുകൾ നഷ്ടപ്പെട്ട ബാക്കിപത്രമായി വീട് മൗനത്തിൽ ആഴ്ന്നിരിക്കുന്നു. ദീർഘമായൊന്നു നിശ്വസിച്ച് അവൾ ബസ്സ്റ്റോപ്പിലേക്ക് നടന്നു.

പടിഞ്ഞാറേ നടയിലെ ജനത്തിരക്കിലൂടെ സുജിനിയുടെ കണ്ണുകൾ അയാൾക്കായി ഒഴുകി. ഇടതടവില്ലാത്ത ഒരൊഴുക്ക്. ചോളമലരുകൾ, പലവിധ കളിക്കോപ്പുകൾ, ഹൽവ, ബജിക്കടകൾ അവയെല്ലാം മറികടന്ന് വിജയീഭാവത്തോടെ ബീച്ചിനോരത്ത് ഐസ്ക്രീം റിക്ഷ അവൾ കണ്ടെത്തി. പക്ഷേ അവിടെ മെലിഞ്ഞ ഇരുനിറമുള്ള മറ്റൊരു മനുഷ്യനായിരുന്നു വില്ലനക്കാരൻ. പരിചയത്തിന്റെ ഒരു ബിന്ദു പോലും അയാളിൽ നിഴലിച്ചില്ല. മഴക്കാർ തളംകെട്ടിയ മുഖവുമായി അവൾ ഫോൺ ഗാലറി ചിത്രം അയാൾക്കഭിമുഖമായി ഉയർത്തി. അറിയാവുന്ന ഭാഷയിൽ ചിത്രത്തിലെ അയാൾ എവിടെ എന്നവൾ അന്വേഷിച്ചു.

"യേ മേം ഹും."

അയാളുടെ മറുപടി സൂചി പോലെ സുജിനിയുടെ മനസ്സിൽ തറഞ്ഞു. ഒരിക്കൽ കൂടി ഫോണിലേക്ക് മിഴികൾ പായിച്ചപ്പോൾ അവ പൊള്ളിപ്പിടഞ്ഞു.

ചിത്രത്തിലെ അയാൾ?

കഷണ്ടി കയറിയ നെറ്റിത്തടം എവിടെ? നൂറായിരം ചോദ്യങ്ങൾ അവളെ എയ്തു വീഴ്ത്താനായി ചുറ്റും അണിനിരന്നു. കണ്ണുകൾ ഇറുക്കിയടച്ചു. വിറയ്ക്കുന്ന വിരലുകൾ. ഉമിനീർ വറ്റിയ ചുണ്ടുകൾ. ശബ്ദം വീണ്ടെടുത്ത് അവൾ പറഞ്ഞു:

"ഏക്ക് ഐസ്ക്രീം."

ശ്രീലക്ഷ്മി ടി ആർ

മുബാഷ് കരുനാഗപ്പള്ളി

മുബാഷ്. എം. കെ. 1987 മെയ് 20നു കൊല്ലം ജില്ലയിലെ
കരുനാഗപ്പള്ളിയിൽ ജനനം. ബി.എ. ഇംഗ്ലീഷ് ലിറ്ററേച്ചർ കഴിഞ്ഞ്
ഡിപ്ലോമ (ഫയർ ആൻഡ് സേഫ്റ്റി) പൂർത്തിയാക്കി. HSE ADVISOR
ആയി ഖത്തറിൽ ജോലി ചെയ്യുന്നു.
പിതാവ്: മൈതീൻ കുഞ്ഞു. മാതാവ്: റഹിയാനത്ത്.
ജീവിത പങ്കാളി: ഹൻസി.

നൂറ്റിമുപ്പതോളം കഥകൾ പ്രതിലിപിയിലും മറ്റ് ഓൺലൈൻ പ്ലാറ്റ്
ഫോമുകളിലുമായി എഴുതിയിട്ടുണ്ട്. "തണൽ മരങ്ങൾ"-കഥ
(മേൽവിലാസം തേടി-ലെറ്റേഴ്സ്ബേ), "മരീചിക"-കഥ (കഥാമുദ്ര –
ലെറ്റേഴ്സ്ബേ) "പെയ്തൊഴിഞ്ഞ കണ്ണുകൾ"– കഥ (കഥ 2023-
ലെറ്റേഴ്സ്ബേ) "അടർന്നുവീണ പൂവ്"-കവിത (പ്രണയത്തിന്റെ പറ്റ്
പുസ്തകം – Unicode)

ഫേസ് ബുക്ക്   : Mubash mk (മുബാഷ് കരുനാഗപ്പള്ളി)
ഇൻസ്റ്റാഗ്രാം   : Mubash Mk
ഇ-മെയിൽ   : mubashmkkply@gmail.com

അദൃശ്യ കരങ്ങൾ

❧

"ഒരു ഇത്തിരി തേയിലവെള്ളം ചോദിച്ചിട്ട് കുറേനേരമായി"

ഉമ്മറത്തെ പാതി ഒടിഞ്ഞ ചാരുകസേരയിൽ ഇനിയും തോരാതെ പെയ്യുന്ന മഴയെ ശപിച്ചു കൊണ്ട് ഇട്ടി പുറത്തേക്ക് നോക്കി പിറുപിറുത്തു. മുറ്റം വരെ വെള്ളം കയറി, ഇനിയും മഴ ശമിച്ചില്ലേൽ വീടും കൂടി ഒലിച്ചു പോകും, കഴിഞ്ഞ മഴയിൽ തകർന്ന ഭാഗം ഇപ്പോഴും പല രാഷ്ട്രീയ പാർട്ടികളുടെ മുദ്രാവാക്യങ്ങൾ നിറഞ്ഞ ബാനറുകൾ കൊണ്ട് മറച്ചിരിക്കുകയാണ്. വീണ്ടും ഇട്ടി അകത്തേക്ക് തലയിട്ട് പുളിച്ചു തികട്ടി.

അടുക്കളയിൽ ഓരോ ടിന്നും അതിൽ ഒന്നുമില്ലെന്ന് അറിയാമെങ്കി ലും പിന്നെയും ഒരുപ്രാവിശ്യം കൂടി എടുത്തു നോക്കി ഇട്ടിയുടെ തെറിയും കേട്ട് ശോശാമ്മ വീണ്ടും തെരഞ്ഞു കൊണ്ടേയിരുന്നു. അപ്പന്റെയും, അമ്മച്ചിയുടെ യും, പള്ളിക്കാരുടെയും അനുമതി ഇല്ലാതെ തേങ്ങാ വെട്ടുകാരനും, നാട്ടിലെ കള്ള് ഷാപ്പ് നടത്തിപ്പുകാരനുമായ ഇട്ടിച്ചായന്റെ കൂടെ ഇറങ്ങി തിരിച്ച ശോശാമ്മ കറിയാച്ചൻ എന്ന ശോശാമ്മയ്ക്ക് ജീവിതം ഇങ്ങനെ ഒക്കെ ആയിതീരുമെന്ന് ഒരിക്കിലും കരുതിയില്ല.

ദൈവം അവളിൽ പ്രത്യുൽപാദനത്തിന്റെ വിത്തുകൾ പാകിയ ഏഴാം നാളാണ് പള്ളിയിൽ വെച്ച് ശോശാമ്മ ഇട്ടിയെ ആദ്യമായി കാണുന്നത്. വെള്ള ജുബ്ബയും മുണ്ടും, ചിരിച്ച മുഖവുമായി നടക്കുന്ന ഇട്ടിയെ അവൾ പല തവണ നോക്കി. പ്രലോഭനത്തിന്റെ ആദ്യ നാളുകളിൽ പരാജയപ്പെട്ട പിശാച് ഇട്ടിയിൽ മറ്റാരും കാണാത്ത നന്മകൾ കനിയായി വളർന്നു, നാൾക്കുനാൾ ഇട്ടിയോടുള്ള അവളുടെ പ്രണയം അതിരുകവിഞ്ഞു.

പ്രണയത്തിന്റെ വിലക്കപ്പെട്ട കനി ഭക്ഷിച്ച് അതിൽ മയങ്ങിയ ശോശാമ്മയ്ക്ക് കുടുംബത്തിൽ അത്രമേൽ പ്രിയപ്പെട്ടതൊന്നും കാണാൻ കഴിഞ്ഞില്ല, നാടും നാട്ടുകാരും അവരെ ശപിച്ചു മറ്റൊരു നാട്ടിലേക്ക്

പ്രായശ്ചിത്തത്തിനായി അയച്ചു. ഇന്നും അതിൽ നിന്നും മോചിതയാവാതെ ശോശാമ്മയും കാലം കഴിച്ചു നീട്ടുന്നു. വിലക്കപ്പെട്ട കനിയിലെ കയ്പ്പ് രുചിക്കുവാൻ തുടങ്ങി. പിശാചിന്റെ കരങ്ങളിൽ അറിയാതെ വീണു പോയ നന്മ നിറഞ്ഞ ശോശാമ്മയ്ക്ക് തിരികെ പോകുവാനുള്ള വഴികളിൽ കാരമുള്ളുകൾ നിറഞ്ഞിരുന്നു.

ശോശാമ്മയുടെ വിവാഹജീവിതത്തിലെ ആദ്യ നാളുകളിൽ ഇട്ടിയുടെ പ്രണയമുനയിൽ നിന്നും സന്തോഷത്തിന്റെ ദിനങ്ങൾ അവൾക്ക് സമ്മാനിച്ചിരു ന്നു. കള്ളുഷാപ്പിലെ ദൈനംദിന വരുമാനത്തിന്റെ കണക്കെടുപ്പുകൾ മാത്രം നോക്കി വന്ന ഇട്ടി പിന്നീടുള്ള ദിവസങ്ങളിൽ അവിടെ വരാതെയായി. ആരോരുമില്ലാത്ത കള്ള് ഷാപ്പ് തുച്ഛമായ വെള്ളി കാശിന് ഇട്ടി നടത്തിപ്പുകാരനു നൽകി ശോശാമ്മയുടെ കൂടെ ദിവസങ്ങളും മാസങ്ങളും കഴിച്ചുകൂട്ടി. ഋതുക്കളുടെ പ്രഹരമേറ്റു വർഷങ്ങൾ അവരിൽ നീരസവും, അകൽച്ചയും വിതച്ചു രണ്ട് ആൺമക്കളെ സമ്മാനിച്ചു കടന്നുപോയി.

പ്രണയത്തിന്റെ തുടക്കത്തിലെ ഇണപ്രാവുകൾ പിന്നീട് മക്കളുടെ അംഗബലം കൂടും തോറും, അങ്ങേരു, പിള്ളേരുടെ അച്ഛൻ, എന്നീ സ്ഥാനങ്ങളി ലേക്ക് ഇട്ടിയെ അവരോധിച്ചു. എന്നിട്ടും കലി മാറാത്ത ദിവസങ്ങളിൽ വീടിന് പുറത്ത് തണുപ്പുള്ള രാത്രിയുടെ മാറിൽ ഇട്ടിയെ ഒറ്റയ്ക്കാക്കി ശോശാമ്മയും മക്കളും സുഖമായി ഉറങ്ങി. ആ രാത്രികളിൽ ഇട്ടിയുടെ വീടിന്റെ പരിസരത്തെ തെങ്ങിൻ മുകളിലെ കുടുക്കയിലെ കള്ളിന്റെ അളവ് കുറഞ്ഞു കൊണ്ടിരുന്നത് ആരുമറിഞ്ഞില്ല.

ആകെ അറിയാവുന്നത് തേങ്ങാവെട്ടായിരുന്നു. തേങ്ങയുമായുള്ള മൽപിടുത്തത്തിൽ മൂർച്ചയുള്ള കത്തി ഒരിക്കൽ ഇട്ടിയുടെ കൈകൾ അരി ഞ്ഞിറങ്ങി, ഒരിക്കലും ചലിക്കാതായ ആ കൈകൾ അയാളുടെ നെഞ്ചിന്റെ ചൂട് പറ്റിയിരുന്നു. ഇന്നും ബലക്കുറവുള്ള ആ കൈകൾ ശോശാമ്മയുടെ പുറത്തു വീഴാറുണ്ട്. മൂന്നാം നാൾ ഉയർത്തെഴുന്നേറ്റ ഈശോയെ പോലെ ഒരുനാൾ താനും തന്റെ പഴയ പ്രൗഢിയിലേക്ക് തിരികെയെത്തുമെന്ന് കരുതി ഒടിഞ്ഞ കസേരയിൽ തേയില വെള്ളവും മോന്തി ഇരിക്കാൻ തുടങ്ങിയിട്ട് വർഷങ്ങൾ കഴിഞ്ഞു. കമ്പനിയിൽ കുമിഞ്ഞു കൂടുന്ന തേങ്ങ, വണ്ടികളിൽ കയറ്റി വിടാനും, കുട്ട ചുമക്കാനും പ്രണയ കനി തിന്ന ശോശാമ്മയും കൂടാറുണ്ട്. അത് കൊണ്ടു ഇന്നും ജീവൻ നിലനിന്നു പോകുന്നു.

"ഇനിയും നിങ്ങൾ ഇങ്ങനെ ഇരുന്നാൽ കുട്ടികൾ വിശന്നു ചാവും."

മധുരമില്ലാത്ത തേയില വെള്ളം ഇട്ടിക്ക് നേരെ നീട്ടി കൊണ്ട് ശോശാമ്മ പറഞ്ഞു. തുടരേയുള്ള മഴ കാരണം തേങ്ങാപ്പുരയിലെ പണിയും നിലച്ചിരുന്നു. മുൻവശത്തെ ചാലിൽ കൂടി കുത്തിയൊലിച്ചു പോകുന്ന വെള്ളത്തിലേക്ക് നോക്കി ശോശാമ്മ ആ സിമന്റ് തറയുടെ ഓരത്തിരുന്നു. ശാന്തമായി ഒഴുകിയ ചാലിന്റെ ഇപ്പോഴുള്ള കോലവും ശോശാമ്മയുടെ ജീവിത

വും കലങ്ങി മറിഞ്ഞു ലക്ഷ്യമില്ലാതെ പോകുന്നു. അവളുടെ കണ്ണുകളിൽ ഒരുപാട് കഥകൾ പറയാൻ ഉണ്ടെങ്കിലും അവയെല്ലാം ഉരുണ്ടുകൂടി താഴേക്ക് വീണു കൊണ്ടിരുന്നു. അകമ്പടിയെന്നോണം മഴയുടെ ഇരമ്പൽ കൂടി വന്നു.

വെയിലുറച്ച മൂന്നാം നാൾ ഇട്ടി നെഞ്ചിൽ ചേർത്തുവെച്ച കൈയ്യുമായി പ്രതീക്ഷയോടെ ദൂരേക്ക് നടന്നു. ആരോ വലിച്ചു കളഞ്ഞ മുറി ബീഡി ആവതില്ലാത്ത കൈ കൊണ്ട് ചുണ്ടിൽ പിടിപ്പിച്ചു തീ കൊടുത്തു പുക ചുരുൾ മുകളിലേക്ക് പറത്തി ആയാൾ നടന്നകന്നു.

"കുരിശിൽ മരിച്ചവനെ,

കുരിശാലെ വിജയം വരിച്ചവനെ,

മിഴിനീർ ഒഴുകി അങ്ങേ,

കുരിശിന്റെ വഴിയെ വരുന്നു ഞങ്ങൾ."

ഇട്ടി ഇല്ലാത്ത നേരങ്ങളിൽ മാത്രം ശോശാമ്മയുടെ ആലാപനം ആ പരിസരങ്ങളിൽ ഒഴുകിനടക്കാറുണ്ട്. ഇട്ടിയുടെ കാലൊച്ച കേൾക്കുമ്പോൾ നിൽക്കുന്ന ആലാപനം. കുരിശു വരച്ചു മക്കളെയും കൂട്ടി പിന്നാമ്പുറത്തേക്ക പായുന്ന ശോശാമ്മയെ കണ്ട് ദൈവം പോലും ചിരിക്കാറുണ്ട്. പ്രണയക്കനി തിന്നു പിശാചിനു അടിമപ്പെട്ട അടിമയുടെ രോദനം കണ്ട്.

ഇട്ടിയുടെ വീട്ടിൽ കരിന്തിരി എരിഞ്ഞിട്ടും ഇട്ടി തിരികെ വീട്ടിലേക്ക് വരാത്തത് ശോശാമ്മയുടെ മനസ്സ് നോവിച്ചു. എത്ര ചപ്പു വലിച്ചെറിഞ്ഞാലും, ശകാരിച്ചാലും സ്നേഹമുള്ള മാതാവിന്റെ പ്രിയപ്പെട്ടവൾക്ക് ഇട്ടിയോട് ഇന്നും അടങ്ങാത്ത പ്രണമായിരുന്നു. ഇരുട്ടിന്റെ കാഠിന്യം കണ്ണുകളിലേക്കും ഇരച്ചു കയറിയ വേളയിൽ എപ്പോഴോ ശോശാമ്മയും ഇട്ടിയെ മറന്നിട്ടുണ്ടാവും. ഓർമ വരുന്നത് വരെ. പിന്നീട് ഇട്ടി ആ വീട്ടിലേക്ക് നെഞ്ചിൽ ഒട്ടിയ കൈയ്യുമായി മടങ്ങി വന്നിട്ടില്ല, തിരക്കി മടുത്തവർ പിന്നീട് ശോശാമ്മയെ സമാധാനിപ്പിക്കാൻ ആ വഴി വന്നില്ല.

ദൂരെ എവിടെയോ പണി അന്വേഷിച്ചു പോയെന്ന അവളുടെ വാദം വീണ്ടും വീണ്ടും അവൾ മക്കളോട് പറഞ്ഞു കൊണ്ടേയിരുന്നു. മദ്യത്തിന്റ ലഹരിയിൽ നെഞ്ചിൽ ചേർത്തുവെച്ച കൈയ്യും പൊക്കിപിടിച്ചു കലി തുള്ളി വന്ന മലവെള്ള പാച്ചിലിൽ അന്ത്യമില്ലാതെ ഒഴുകി മറഞ്ഞത് ഇട്ടിയും, ദൈവവും അല്ലാതെ മറ്റാരും അറിഞ്ഞില്ല. ആണിന്റെ ചൂടില്ലാതെ പെണ്ണ് ഉറങ്ങില്ലെന്ന വാശിയിൽ ശോശാമ്മയുടെ വീടിന് ചുറ്റും ഇടയ്ക്ക് മുഴങ്ങുന്നു ചൂളം വിളികൾ അവളുടെ ഹൃദയത്തെ കൊത്തിവലിച്ചു. നെഞ്ചിൽ ചേർത്തുവെച്ച ഇട്ടിയുടെ ഒറ്റ കയ്യിന്റെ ചേർത്ത് നിർത്തൽ അവൾ വല്ലാതെ കൊതിച്ചു, ആ അദൃശ്യ കരങ്ങൾക്ക് വേണ്ടി.

മുബാഷ് കരുനാഗപ്പള്ളി

മഹേഷ് മഹീന്ദ്രൻ

1994 ജനുവരി 25ന് തൃശ്ശൂർ ജില്ലയിൽ ജനനം. സിവിൽ എഞ്ചിനീറിങ് ഡിപ്ലോമയ്ക്ക് ശേഷം സിവിൽ സൈറ്റ് എഞ്ചിനീയറായി ജോലിചെയ്യുന്നു.
പിതാവ്: മഹീന്ദ്രൻ. സി. കെ.; മാതാവ്: അരുന്ധതി. സി. കെ.

ലെറ്റേഴ്സ്‌ബേയുടെ മേൽവിലാസം തേടി എന്ന കഥാസമാഹാരത്തിൽ "അമ്മവീട്" എന്ന കഥയും, കഥ 2023 എന്ന കഥാസമാഹാരത്തിൽ "കാലത്തിൻ കാൽവെയ്പ്പ്" എന്ന കഥയും പ്രസിദ്ധീകരിച്ചുണ്ട്.

ഇൻസ്റ്റാഗ്രാം   : മഹി (മഹേഷ് മഹീന്ദ്രൻ)
ഇ-മെയിൽ   : maheshcm994@gmail.com

നിറങ്ങളണിഞ്ഞവൾ

കറുപ്പും വെളുപ്പും ഇഴചേർന്നലിഞ്ഞൊരു രാത്രിയായിരുന്നു അത്. അയാൾക്കരികിൽ നിർവികാരതയോടെ സീലിങ്ങ് ഫാനിൽ തൂങ്ങികിടന്നിരുന്ന ചിലന്തിയേയും നോക്കി വിവസ്ത്രയായ് കിടക്കുമ്പോൾ അയാളുടെ കണ്ണുകളി ൽ അവൾക്ക് അന്ന് നീല നിറമായിരുന്നു. പിന്നീട് പലയാവർത്തി അവൾക്ക് ആ നീല വർണ്ണമണിയേണ്ടതായ് വന്നു. ഒടുവിൽ തന്റെ പതിനേഴാം വയസ്സിൽ ഒരു അനാഥ ബീജം അവൾക്കുള്ളിൽ വളരുവാൻ തുടങ്ങിയപ്പോൾ ലോകം അവൾ ക്കൊരു പേര് നൽകി

"തേവിടിശ്ശി", അതെ, അന്നുമുതൽ അവളുടെ നിറം കറുപ്പാണ്, അറ പ്പിന്റെ കറുപ്പ്.

"ടീച്ചറെ, ഞാൻ പറഞ്ഞ പുസ്തകം എത്തിയിട്ടുണ്ടോ?"

ലൈബ്രറി ഹാളിൽ അത്രയും നേരം തളം കെട്ടിനിന്നിരുന്ന നിശ്ശബ്ദത യേയും ഭേദിച്ചുകൊണ്ടായിരുന്നു ക്ലീറ്റസ് കടന്നുവന്നത്.

ശീതൾ ഒരു സ്വപ്നലോകത്തിൽ നിന്നെന്നവണ്ണം തന്റെ കമ്പ്യൂട്ടറിൽ നിന്നും കണ്ണെടുത്തുകൊണ്ട് ക്ലീറ്റസിനെ നോക്കി. ശേഷം മേശപ്പുറത്ത് ഒതുക്കിവെച്ചിരുന്ന പുസ്തകക്കെട്ടിൽ നിന്നും ഒരു പുസ്തകമെടുത്ത് ക്ലീറ്റസിന് നേരെ നീട്ടി.

രവീന്ദ്രൻ പാലോടിന്റെ "മോഹമഞ്ഞ"

ക്ലീറ്റസ് സന്തോഷപൂർവ്വം ആ പുസ്തകം കൈപ്പറ്റി, നന്ദി രേഖപ്പെടു ത്തി. പോകാൻ നേരം അവൻ ശീതളിനോട് തിരക്കി.

"ടീച്ചർ ഈ പുസ്തകം വായിച്ചിട്ടുണ്ടോ?"

"പണ്ടെങ്ങോ ഒരിക്കൽ വായിച്ചതാണ്. എഴുത്തുകാരന്റെ സ്വപ്നസങ്ക ല്പത്തിലുള്ള സ്ത്രീയുടെ നിറമാണ് "മഞ്ഞ" അദ്ദേഹത്തെ മോഹിപ്പിക്കുന്ന "മോഹമഞ്ഞ", പുരുഷന്മാരുടെ ഭാവനലോകത്തുള്ള സ്ത്രീ സങ്കൽപ്പങ്ങൾ വായിച്ചിരിക്കുകയെന്നത് ഒരു സന്തോഷമാണ്; യാഥാർഥ്യം അതല്ലെന്നിരിക്കി ലും."

ക്ലീറ്റസ് അതിന് മറുപടിയായി ഒന്ന് പുഞ്ചിരിക്കുക മാത്രം ചെയ്തു. യാത്ര പറഞ്ഞ് നടന്നകലുന്ന ക്ലീറ്റസിനെയും നോക്കി നിൽക്കെയായിരുന്നു ആനന്ദിന്റെ ആ ഫോൺ കോൾ വന്നത്. ഏതാനും നിമിഷങ്ങൾ മാത്രം നീണ്ടുനിന്ന ആ ഫോൺ കോൾ ശീതളിനെയാകെ അസ്വസ്ഥയാക്കിയിരുന്നു, അല്പനേരത്തിന് ശേഷം അവൾ വീണ്ടും കമ്പ്യൂട്ടറിൽ മയാതെകിടന്നിരുന്ന എഴുതി പൂർത്തിയക്കാത്ത ആ കഥയ്ക്ക് മുന്നിൽ പോയി ആസനസ്ഥയായി.

അന്നത്തെ പുരുഷകേന്ദ്രീകൃത സമൂഹം അവളിൽ അറപ്പിന്റെ കറുപ്പ് വർണ്ണം ചാർത്തിയതോടെ "സ്ത്രീ"യെന്ന പദം മുദ്രാവാക്യമായി കൊണ്ടുനടന്ന വർക്ക്പോലും അവളെ വെറുമൊരു ലൈംഗിക തൊഴിലാളിയായി മാത്രം കാണുവാനെ സാധിച്ചുള്ളു. അവൾക്കൊരു കഴിഞ്ഞ കാലമുണ്ടായിരുന്നുവെ ന്നോ, ഗർഭിണിയായ അവൾ നാളെ ഒരു കുഞ്ഞിന് ജന്മം നൽകുവാൻ പോവുകയാണെന്നോ അവർ ഓർത്തില്ല. കറുപ്പ് അണിയപ്പെട്ടവൾക്ക് പിന്നെ എങ്ങനെ മാരിവില്ല് സ്വപ്നം കാണാനാകും? എങ്കിലും അവർ ആ കുഞ്ഞിനെ പോറ്റുവാൻ തീരുമാനിച്ചു. എന്നാൽ രണ്ടോ മൂന്നോ വയസ്സ് പ്രായമെത്തിയപ്പോ ഴേക്കും ആ കുഞ്ഞിന് ചുറ്റും വട്ടമിട്ടു പറക്കുന്ന കഴുകന്മാരുടെ കണ്ണുകൾ ആ അമ്മ തിരിച്ചറിഞ്ഞു. ആ ഒരു തിരിച്ചറിവാവാം കുഞ്ഞിനെ അനാഥാലത്തിൽ ഏൽപ്പിക്കുവാൻ അവരെ നിർബന്ധിതയാക്കിയത്.

പിന്നീട് മാതൃത്വത്തിന്റെ മാധുര്യം അറിയാതെ അനാഥയായ് ആ കുഞ്ഞുവളർന്നു. തിരിച്ചറിവിന്റെ പ്രായമെത്തിയപ്പോൾ എന്നോ ഒരിക്കൽ സിസ്റ്റർ മാർഗരറ്റിന്റെ മേശയിൽ നിന്നും മാതൃത്വത്തിന്റെ തീവ്രത വിളിച്ചോതുന്ന ഏതാനും ചില കത്തുകൾ ആ മകൾ കാണുവാൻ ഇടയായി. ആ കത്തിന്റെ പിൻബലത്തിൽ അവൾ തന്റെ അമ്മയെ തിരഞ്ഞിറങ്ങി. ദേശദേശാന്തരങ്ങളെ ല്ലാം പിന്നിട്ട് പൊട്ടിപൊളിഞ്ഞേതോ ഒരു ദേശത്തെ ഭ്രാന്താശുപത്രിയിൽ നിന്നും അവൾക്ക് ആ അമ്മയെ കണ്ടുകിട്ടി! ഓർമകൾക്കൊപ്പം ആരോഗ്യവും പൂർണ്ണമായി നഷ്ടപ്പെട്ടിരുന്ന അവരിൽ ജീവന്റെ അവസാന നാളം ശേഷിച്ചിരു ന്നത് തന്റെ മകളെ ഒരു നോക്ക് കാണുവാനായിരുന്നെന്നവണ്ണം ആ മകളെ ഒരു നോക്ക് കണ്ടതും ആ അമ്മ വിടപറഞ്ഞു.

എഴുതി പൂർത്തീകരിക്കുവാനാകാത്ത ആ കഥ, ഇവിടെ അവസാനി ക്കുന്നു. വർഷങ്ങൾക്ക് ശേഷം വീണ്ടും ആ കഥ വായിക്കുവാൻ എടുക്കാൻ കാരണക്കാരൻ ആനന്ദാണ്. സന്തോഷത്തോടുകൂടി മുന്നോട്ട് പോയിക്കൊണ്ടി രുന്ന അവരുടെ ദാമ്പത്യ ജീവിതത്തിനിടയിൽ അവർപോലുമറിയാതെ എപ്പോഴോ ഒരു പാകപിഴ സംഭവിച്ചിരുന്നു. അതിന്റെ പ്രത്യാഘാതമെന്നോണം ആനന്ദിൽ നിന്നെപ്പോഴോ ശീതളിന് അത്തരമൊരു പ്രസ്താവനയും നേരിടേണ്ട തായി വന്നു.

"എന്തൊക്കെ പറഞ്ഞാലും നീയാ തള്ളയുടെ മോളല്ലേ?"

അനാഥാലയത്തിൽ എപ്പോഴും അനുഭവിച്ചിരുന്ന ഏകാന്തതയ്ക്ക് മുന്നിലോ, മറ്റുള്ളവരുടെ അനുകമ്പ നിറഞ്ഞ നോട്ടത്തിന് മുന്നിലോ അവൾ തളർന്നിരുന്നില്ല. അവയൊന്നും വകവെക്കാതെ മിടുക്കിയായി തന്നെയായിരു

ന്നു അവൾ പഠിച്ചു മുന്നേറിയത്. കുഞ്ഞിലെപ്പോഴോ

"വലുതാകുമ്പോൾ ആരാകണം?" എന്ന സിസ്റ്റർ മാർഗരറ്റിന്റെ ചോദ്യത്തിന്

"ടീച്ചർ" എന്ന് പറഞ്ഞിരുന്നതുകൊണ്ടാണോ എന്നറിയില്ല ആ മോഹം വളർന്നപ്പോഴും അവൾക്കൊപ്പം തന്നെയുണ്ടായിരുന്നു അങ്ങനെ വളർന്നു വലുതായപ്പോൾ അവളൊരു മലയാളം അധ്യാപികയായി തീരുകയും ചെയ്തു, വിവാഹവും കുട്ടികളുമെല്ലാമായി ജീവിതം അതിന്റെ പല നിറങ്ങൾ പിന്നിട്ട് മുന്നേറിക്കൊണ്ടിരുന്നപ്പോഴും ആ നിറങ്ങളിലൊന്നും കറുപ്പെന്ന വർണ്ണത്തിന് യാതൊരു സ്ഥാനവുമില്ലായിരുന്നു എന്നാൽ ആനന്ദിൽ നിന്നും അന്ന് അത്തരമൊരു പ്രസ്താവന നേരിട്ടത്തോട് കൂടി ഏഴുവർണ്ണങ്ങൾക്ക് മാത്രം സ്ഥാനമുണ്ടായിരുന്ന അവരുടെ ജീവിതമെന്ന മനോഹര ക്യാൻവാസിലേക്ക് കറുപ്പിന്റെ നിഴൽ പതിച്ചു തുടങ്ങുകയായിരുന്നു. ആ നിഴൽ പിന്നീട് അവരുടെ ദാമ്പത്യ ജീവിതം തന്നെ അന്ധകാരത്തിൽ മൂടപ്പെടുന്നതിന് കാരണമായി തീർന്നു.

ഡിവോഴ്സ് നോട്ടീസിൽ ഒപ്പിടുമ്പോൾ ശീതളിന് ഒട്ടും സന്ദേഹമില്ലായിരുന്നു. അവൾ ഒട്ടും പരിഭ്രമിച്ചതുമില്ല. അതിനും അയാൾ പറഞ്ഞ മറുപടി

'ആ തള്ളയുടെ മകളല്ലേയെന്നാണ്!' അന്ന് അതിന് അവൾ ചങ്കൂറ്റത്തോടെ ഒരു മറുപടി പറഞ്ഞിരുന്നു.

"പെറ്റുനോവറിഞ്ഞ് പെറ്റ തന്റെ സ്വന്തം കുഞ്ഞിൽ, അവരുടെ ശരീരത്തിൽ പറ്റിയ അറപ്പിന്റെ കറ ഒരിക്കലും കലരാതിരിക്കുവൻ, ചങ്കുപൊട്ടു ന്ന വേദനയിലും മുലകുടിച്ചുകൊണ്ടിരുന്ന സ്വന്തം കുഞ്ഞിനെ അടർത്തിമാറ്റിയ വരാണ് അവർ. അവർ ഒരു പോരാളിയായിരുന്നു ആ അമ്മയുടെ മകളായ ഈ ഞാൻ എന്തിന് ഡിവോഴ്സ് നോട്ടീസ് എന്ന ഈ വെറും പേപ്പർ കഷ്ണത്തെ ഭയപ്പെടണം?"

പ്രൊസിജിയേഴ്സിന്റെ അവസാനഘട്ടത്തിൽ എതിർഭാഗം വക്കീൽ ലച്ചുവിനോട് ചോദിക്കുകയുണ്ടായി.

"മോൾക്ക് അമ്മയുടെകൂടെ പോകാൻ ഇഷ്ട്ടമുണ്ടോയെന്ന്?" എട്ടുവയസ്സുകാരിയായ ലച്ചു അന്ന് പറഞ്ഞു.

"എന്തിന് ഇഷ്ടപ്പെടാതിരിക്കണം ഇത് എന്റെ അമ്മയാണ്! നിറകണ്ണുകളോടെ ശീതൾ അന്ന് അത് കേട്ടിരുന്നു.

പിന്നീട് കുറേകാലത്തിന് ശേഷം ഇന്നാണ് ആനന്ദിൽ നിന്നും ഒരു ഫോൺ കോൾ വരുന്നത്. അയാൾക്ക് പറയുവാനുണ്ടായിരുന്നതെല്ലാം അയാൾ പെട്ടെന്ന് തന്നെ പറഞ്ഞ് തീർത്തു. എങ്കിലും അയാളൊരു തിരിച്ചറിവിന്റെ പാതയിലെത്തിയിരുന്നതായി അവൾക്ക് അനുഭവപ്പെട്ടില്ല. അങ്ങനെയെങ്കിൽ

"നിന്റെ അമ്മയുടെ കാര്യം നമുക്ക് മറക്കാം" എന്നൊരു വാചകം അയാളിൽ നിന്ന് ഒരിക്കലും വരില്ലായിരുന്നു കാരണം ആ അമ്മയെ മറന്നുകൊണ്ട് അവൾക്ക് ഇനിയൊരു ജീവിതമുണ്ടോ?

വൈകിട്ട് കോളേജിൽ നിന്നും ലച്ചുവെത്തിയപ്പോൾ ശീതൾ അവളോട് ഇക്കാര്യം സൂചിപ്പിച്ചു. ക്ഷീണിതയായിരുന്ന അവൾ തോളിലെ ബാഗ് മേശപ്പുറത്തേയ്ക്കിട്ട് സോഫയിലേക്ക് പതിയെ ചാഞ്ഞു. ഒരു നിമിഷത്തെ നിശബ്ദയ്ക്ക് ശേഷം അവൾ വളരെ ലാഘവത്തോടെ ശീതളിനോടായ് പറഞ്ഞു.

"എഴുതി പൂർത്തിയാക്കാത്ത അമ്മയുടെ ആ കഥ ഇന്നലെ ഞാൻ വായിക്കുകയുണ്ടായി."

"അമ്മേ..? അമ്മയ്ക്ക് ഇപ്പോൾ ഇഷ്ടപ്പെട്ട നിറമേതാണ്?

നിശ്ചലയായി തന്നെ നോക്കിക്കൊണ്ടിരിക്കുകയായിരുന്ന ശീതളിന്റെ തോളിൽ തട്ടി അവൾ വീണ്ടും ആവർത്തിച്ചു.

"പറയു അമ്മേ, അമ്മയ്ക്ക് ഇപ്പോൾ ഏറ്റവും ഇഷ്ടപ്പെട്ട നിറമേതാണ്?"

ശീതളിന്റെ ഈറനണിഞ്ഞിരുന്നു നേത്രങ്ങളപ്പോൾ വജ്രം പോലെ തിളങ്ങുന്നതായി അവൾക്ക് അനുഭവപ്പെട്ടു. എന്നാൽ ആ വജ്രശോഭയേക്കാൾ തിളക്കം ശീതളിന്റെ ആ ഇഷ്ടനിറത്തിനായിരുന്നു. മേശപ്പുറത്ത് നിന്നും ലച്ചുവിന്റെ ബാഗുമെടുത്ത് അകത്തേക്ക് നടന്നു നീങ്ങുകയായിരുന്ന ശീതളിനെ അവൾ നീട്ടി വിളിച്ചു.

"അമ്മേ..."

തിരിഞ്ഞു നോക്കിയ ശീതളിനോട് അവൾ പറഞ്ഞു

"ഇന്നലെ മുതൽ എന്റേയും ഇഷ്ടനിറം 'കറുപ്പാണ്'"

ശീതളിന്റെ ഈറനണിഞ്ഞിരുന്നു നേത്രങ്ങൾ അപ്പോഴും വജ്രം പോലെ തിളങ്ങുന്നുണ്ടായിരുന്നു.

മഹേഷ് മഹീന്ദ്രൻ

ആയിഷ ഷിബില

1999 ജനുവരി 22ന് മലപ്പുറം ജില്ലയിൽ ജനനം.
സാമ്പത്തികശാസ്ത്രത്തിൽ ബിരുദാനന്തര ബിരുദധാരി.
പിതാവ്: അബ്ദുൽ ലത്തീഫ്; മാതാവ്: സുഫീറ;
ജീവിത പങ്കാളി: ഫാഹിദ്.

ലെറ്റേഴ്സ്ബേയുടെ നീഹാരിക എന്ന കവിതാ സമാഹാരത്തിൽ
"ഹൃദയത്തിലേക്ക് നോക്കരുത്" എന്ന കവിതയും യ്യൂണിക്കോട്
പബ്ലിക്കേഷന്റെ ചുട്ട് എന്ന കവിതാ സമാഹാരത്തിൽ "ഒറ്റ" എന്ന
കവിതയും പ്രസിദ്ധീകരിച്ചുണ്ട്.

ഫേസ്ബുക്ക്   : Ayisha shibila
ഇൻസ്റ്റാഗ്രാം   : _ayisha_shibila
ഇ-മെയിൽ   : ayishashibila22@gmail.com

ചിരിക്കുന്ന പാവകൾ വിൽക്കാത്ത കട
❖

"പത്മ"

പത്മക്ക് അച്ഛനില്ല. അവൾക്ക് രണ്ടര വയസ്സ് പ്രായമുള്ളപ്പോൾ തോട്ടു വക്കിനടുത്ത് വെച്ച് പാമ്പ് കൊത്തിയാണത്രെ അയാൾ മരിച്ചത്. അമ്മയും അമ്മയുടെ കൂട്ടുകാരനും ചേർന്ന് കൊന്നതാണെന്നും നാട്ടിൽ കേട്ടു കേൾവിയുണ്ട്. കുഞ്ഞായിരുന്നപ്പോഴൊക്കെ ഓർമയിൽ തെളിയാത്ത അച്ഛന്റെ മുഖം സ്കൂളിലെ പുസ്തകത്തിൽ വരച്ചിട്ട് അയാളോട് ചിരിക്കുകയും വിശേഷങ്ങൾ പറയുകയും ചെയ്തിരുന്നു. വൈകുന്നേരം വിയർപ്പ് പൊതിഞ്ഞ കക്ഷത്തിൽ നിന്നും ചൂടുള്ള പരിപ്പുവടയുടെ പൊതിയെടുത്തു നീട്ടാൻ അച്ഛനില്ലാത്തതിൽ പരിഭവിച്ചിരുന്നു.

കല്യാണിയുടെ പിറന്നാളിന് അവളുടെ അച്ഛൻ വാങ്ങി കൊടുത്ത ചാവി തിരിച്ചാൽ ഡാൻസ് കളിക്കുന്ന പാവക്കുട്ടിയെ ഒന്ന് തൊട്ടു നോക്കിയപ്പോഴോ കല്യാണിയത് അധികാര ഭാവത്തിൽ വാങ്ങി വെച്ചു. കണ്ണ് നിറച്ച് വീട്ടിലെത്തിയ പത്മ തനിക്ക് അങ്ങനെയൊരു പാവക്കുട്ടി വാങ്ങി തരുമോ എന്ന് ചോദിച്ചതും തുടയിലൊരു പിച്ച് കിട്ടിയതും ഒരുമിച്ചായിരുന്നു. അന്ന് രാത്രിയിൽ മലയാളം പാഠപുസ്തകത്തിലെ മാമ്പഴം കവിതയിലെ അമ്മയ്ക്കൊപ്പം അവളും കരഞ്ഞു. പിറ്റേന്ന് രാവിലെ കളിക്കാനെന്ന ഭാവത്തിൽ കല്യാണി യുടെ വീട്ടിലേക്കോടി. ഇന്ന് കല്യാണി തനിക്ക് പാവയെ കയ്യിൽ തന്നാലോ.

" ന്താ പത്മേ ഈ രാവിലെ തന്നെ. ഇന്ന് സ്കൂളീ പോണ്ടേ?"

"മ്" എന്നവൾ തലയാട്ടി.

"കല്യാണി എവിടെ?" മടങ്ങി പോരാൻ മനസനുവദിച്ചില്ല.

"അവളിതാ കുളിക്കാണ്. വണ്ടിയിപ്പോ വരൂലേ സ്കൂളിക്ക്"

കല്യാണിയുടെ റൂം അവൾക്കറിയാം. ഇപ്പൊ ചെന്നാൽ പാവയെ ഒന്ന് കാണാം, തൊടാം. കല്യാണി കുളിച്ചിറങ്ങുന്നതിനു മുന്നേ തിരിച്ചു പോരാം. ഉമ്മറത്തു കൂടെ അവളകത്ത് കയറി. അതാ, പാവക്കുട്ടി സോഫയിൽ തന്നെയു

ണ്ട്. മെല്ലെ അതൊന്നെടുത്ത് നോക്കി. നല്ല മിനുസം. ചാവി ഒന്ന് തിരിച്ചു നോക്കാനും അതിനൊപ്പം നൃത്തം ചെയ്യാനും അവൾക്ക് തോന്നിയെങ്കിലും ആരെങ്കിലും ഒച്ച കേട്ടാലോ എന്ന് കരുതി ചെയ്തില്ല. പാവയ്ക്കൊരു ഉമ്മ കൊടുത്ത് സോഫയിൽ വെക്കാനൊരുങ്ങുമ്പോൾ ശരീരത്തിനുള്ളിൽ നിന്നെവി ടെടന്നോ ഒരു തണുപ്പ് അനുഭവപ്പെട്ടു. കുഞ്ഞു നെഞ്ചിന്റെ മിടിപ്പ് വേഗത്തിലാ യി. സിഗരറ്റിന്റെ മണം മൂക്കിലേക്കടിച്ചു കയറി. അവൾ ഒച്ചവെച്ചു തിരിഞ്ഞു നോക്കിയപ്പോൾ കല്യാണിയുടെ അച്ഛൻ രഘു മാമൻ ചിരിച്ചോണ്ടിരിക്കുന്നു. ശബ്ദം കേട്ട് അടുക്കളയിൽ നിന്നും ഓടിയെത്തിയ കല്യാണിയുടെ അമ്മയോട യാളിതാ പറയുന്നു.

"കട്ടെടുത്തോടാൻ നോക്കായിരുന്നു ഈ പെണ്ണ്. ഞാൻ കണ്ട് പിടിച്ചു വെച്ചതാ"

"ഇതിനാണോ പത്മേ രാവിലെ ഇങ്ങോട്ടെഴുന്നള്ളിയെ? തന്ത ഇല്ലാത്ത കുട്ട്യാന്ന് വെച്ചാ ഇങ്ങോട്ട് കയറ്റണെ. അപ്പൊ എന്തുമാവാന്നാ. ഇനി കല്യാണിനേം ചോയ്ച്ച് ഇങ്ങട് വരണ്ട. പൊയ്ക്കോ വേഗം"

ഒന്നും പറയാനാവാതെ വിറങ്ങലിച്ചു നിൽക്കുകയാണ് പത്മ. ശരീരത്തിൽ പെട്ടെന്ന് വന്ന ചൂടിന്റെ പൊള്ളൽ അപ്പോഴും വിട്ട് മാറിയിരുന്നില്ല. കല്യാണിയുടെ അമ്മ പുറത്തേക്കുന്തി വാതിലടച്ചു.

"ഇങ്ങനുള്ള കുട്ട്യോളോടിനി കൂട്ട് കൂടല്ലേ ഇയ്യ്, അച്ഛൻ കണ്ടില്ലായിരു ന്നേൽ അവളതെടുത്തു പോയേനെ."

വീടിനുള്ളിൽ നിന്നും പിന്നെയും ഒരുപാട് ഒച്ചപൊന്തി. ജന്നലു വഴി സിഗരറ്റിന്റെ കറ പുരണ്ട പല്ലുകൾ അവളെ നോക്കി ചിരിച്ചു.

അമ്മയുടെ അടുത്ത നിന്നും പൊതിരെ തല്ല് കിട്ടി. അപ്പോഴുമവൾ വെന്തുരുകുകയായിരുന്നു. മേൽ മുഴുവൻ തല്ല് കിട്ടിയ പാടുകളായിരുന്നു. കരഞ്ഞു കരഞ്ഞാണ് സ്കൂളിൽ പോയത്. ക്ലാസിലേക്ക് കയറിയ അവളെ കണ്ട കല്യാണി അടുത്തിരിക്കുന്ന കുട്ടിയോട് ചെവിയിലെന്തോ പറഞ്ഞു. അത് പിന്നെ ഒരു ചങ്ങല കണക്കെ നീണ്ടുപോയി. ക്ലാസ് മുഴുവൻ പാവക്കള്ളി എന്നൊ പ്പം വിളിച്ചു. ബഹളം കേട്ട് അനിത ടീച്ചർ ഓടി വന്ന്

" ന്താ ഇവിടെ" ന്ന് ചോദിച്ചു. ഏറ്റവും പിറകിലെ ബെഞ്ചിൽ നിന്നും അനിരുദ്ധ് എണീറ്റു നിന്ന് പറഞ്ഞു

" ടീച്ചറെ പത്മ കല്യാണീടെ പാവക്കുട്ടി കട്ടെടുക്കാൻ നോക്കി" ക്ലാസ്സ് മുഴുവൻ ആർത്തു ചിരിച്ചു.

അവനോടിരിക്കാൻ കയ്യ് കൊണ്ട് കാണിച്ചിട്ട് ടീച്ചർ പത്മയോട് പറഞ്ഞു.

" ന്താ കുട്ട്യേ, പാവക്കുട്ടി വേണേൽ അമ്മേനോട് പറഞ്ഞ പോരെ വാങ്ങി തരാൻ. കട്ടെടുക്കരുത് ട്ടൊ."

ടീച്ചറെ ഞാൻ ഒന്നും ചെയ്തില്ലന്ന് പറയാൻ നിന്നെങ്കിലും ശബ്ദം പുറത്തു വന്നില്ല. കലങ്ങിയ കണ്ണുകളെ ഒന്നുകൂടെ അമർത്തിത്തുടച്ച് അവൾ പുറകിലെ ബെഞ്ചിൽ പോയിരുന്നു. തൊട്ടടുത്തിരുന്ന രഹന അവളിൽ നിന്നും

നീങ്ങിയിരുന്നു. പാവക്കള്ളിയെന്ന പേര് വീടിനടുത്തുള്ള കുട്ടികളും ഏറ്റു വിളിച്ചു.

"ഇയ്യ് ഞങ്ങളൊപ്പം കളിക്കാൻ കൂടണ്ട"

"ഡീ കല്യാണി ഞാൻ പാവക്കുട്ടീനെ ഒന്ന് കാണാൻ വന്നതാ. കട്ടെടുക്കാനൊന്നുമല്ല."

" ഇയ്യ് ന്റെ പാവക്കുട്ടീനെ കാണണ്ട. ഇയ്യ് അമ്മേനോട് വാങ്ങി തരാൻ പറയ്. നിക്ക് ന്റെ അച്ഛൻ വാങ്ങി തന്നതാ"

"അവൾക്കതിനു അച്ഛനില്ലല്ലോ"

എല്ലാ വൈകുന്നേരവും ഒപ്പം കളിച്ചിരുന്നവരൊക്ക അന്ന് അവളെ കളിയാക്കി ആർത്തു ചിരിച്ചു. പത്മ ആയിരുന്നു അവരുടെ ടീം ലീഡർ. കള്ളനും പോലീസും കളിക്കുമ്പോ എല്ലാരും പത്മയുടെ ടീമിൽ ആവാൻ വഴക്കടിക്കുമാ യിരുന്നു. പത്മയെ ഓടിത്തോൽപ്പിക്കാനാവില്ല ആർക്കും. ഒളിച്ചു കളിയിൽ അവളെ കണ്ടെത്താനെ കഴിയില്ല. കൂട്ടത്തിലുള്ളവർ തല്ല് കൂടിയാൽ അവളാണ് മധ്യം പറയാറ്.

ശരീരത്തിനും മനസിനുമേറ്റ മുറിവുകളുടെ വേദന താങ്ങാനാവാതെ അവൾ പതുക്കെ വീട്ടിലേക്ക് തിരിച്ചു നടന്നു. കല്യാണിയുടെ വീടിനു മുന്നിൽ സിഗരറ്റിന്റെ കറ പുരണ്ട പല്ലുകൾ അപ്പോഴും അവളെ നോക്കി ചിരിച്ചു. വീട്ടിലെത്തിയപ്പോൾ എന്നും അമ്മക്ക് അന്തിക്കൂട്ടിനു വരുന്ന ചേട്ടൻ അന്ന് നേരത്തെ എത്തിയത് കണ്ടു. അയാളെ നോക്കാതെ അവൾ അടുക്കള ഭാഗത്തേക്ക് ഓടി.

"മോൾക്ക് അങ്കിളൊരു സാധനം കൊണ്ടൊന്നിട്ടുണ്ട്"

"ന്തിനാ ഇതൊക്ക വാങ്ങിയേ? വല്യ പെണ്ണായി. പ്പോഴും പാവക്കുട്ടീനെ കൊണ്ട് നടക്കാനാ പൂതി" അമ്മ ദേഷ്യപ്പെട്ടു.

"നീയൊന്ന് മിണ്ടാതിരിക്ക്. അവൾക്കിതൊക്ക വാങ്ങി കൊടുക്കാൻ ഞാനല്ലേ ഒള്ളു" അയാൾ നീട്ടിയ പാവക്കുട്ടി വാങ്ങണോ വേണ്ടയോ എന്ന് സംശയിച്ചവൾ നിന്നു. അമ്മയത് തട്ടിപ്പറിച്ചു വാങ്ങി അവളുടെ കയ്യിൽ വെച്ച് കൊടുത്തിട്ട് പറഞ്ഞു.

"ഇനി ബാക്കിയുള്ളൊരത് എടുക്കാൻ പോവരുത്" അവളത് കയ്യിൽ വാങ്ങി അയാളെ നോക്കി. അയാൾക്കും സിഗരറ്റിന്റെ മുഷിഞ്ഞ മണമായിരു ന്നു. അവളാ പാവയും കൊണ്ട് ഉമ്മറത്തേക്കോടി. അതിനൊരു ചന്തമില്ലായിരു ന്നു. അതിന്റെ മുഖം വികൃതമായിരുന്നു. അതിനെ തൊട്ട് തൊട്ട് നിൽക്കുമ്പോ ഴാണ് പുറകിൽ നിന്നൊരു ചോദ്യം.

"മോൾക്കിത് ഇഷ്ടായോ?" അവൾ വെറുതെ തലയാട്ടുക മാത്രം ചെയ്തു.

"മോൾക്കിനി എന്ത് വേണമെങ്കിലും അങ്കിളിനോട് പറഞ്ഞ മതി" അയാൾ അവളുടെ കവിളിലൊന്ന് അമർത്തി പിടിച്ചു. അയാളുടെ പല്ലുകൾ

ക്കും സിഗരറ്റിന്റെ കറയുണ്ടെന്നവൾ കണ്ടു. അവൾക്കായാളോട് വെറുപ്പ് തോന്നി. അയാളുടെ കൈ കവിളിൽ നിന്നും തട്ടി മാറ്റി. അയാളുടെ പാവയ്ക്കും സിഗരറ്റിന്റെ മണമുണ്ടെന്നും പല്ലുകളിൽ കറയുണ്ടെന്നും അവൾ കണ്ടെത്തുക യും പാവയെടുത്തു ദൂരേക്ക് എറിയുകയും ചെയ്തു.

"അശ്രീകരം. പാവയുടെ പത്രാസ് പിടിച്ചു കാണില്ല ല്ലേ"

അമ്മ ദേഷ്യപ്പെട്ട് തല്ലാനോങ്ങി. അമ്മയെ തള്ളിമാറ്റി അവളോടി. രാത്രി ഇരുട്ട് കനക്കുന്നുണ്ട്. അവൾ നിർത്താതെ ഓടികൊണ്ടിരിക്കുകയാണ്. രാത്രിയും ഇരുട്ടും വാഹനങ്ങളൊന്നും അവളെ പേടിപ്പിച്ചില്ല. ഒരുപാട് ദൂരം ഓടിത്തീർന്നപ്പോൾ അവൾ നിന്നു. ചുറ്റിനും നോക്കി. അപ്പോഴാണ് താനിതെവി ടെയാണെന്ന് ആലോചിക്കുന്നത്. 'വിശക്കുന്നുണ്ട്. എന്താ ചെയ്യാ.' നിറയെ ആളുകളുണ്ട്. ആരും തന്നെ ശ്രദ്ധിക്കുന്നില്ല. എല്ലാവരും തിരക്കുകളിലാണ്.

ഒരു സ്ത്രീ തന്റെ നേർക്ക് നടന്നു വരുന്നത് അവൾ ശ്രദ്ധിച്ചു. നല്ല ഭംഗിയിൽ സാരിയുടുത്ത മുടി പിന്നിയിട്ട ഒരു സ്ത്രീ. സ്നേഹത്തോടെ അവർ അവളോട് ചോദിച്ചു.

"മോളെവിടെന്നാ? മോൾക്കെന്താ വേണ്ടേ?" ഒരു നേരം ആലോചിച്ചു. എന്താ പറയണ്ടേ അവരോട്.

"മോൾക്ക് വെശക്കണുണ്ടോ"

അവൾ അതേയെന്ന് തലയാട്ടി. അവർ അവളേം കൊണ്ട് അടുത്തു ള്ള തട്ടുകടയിൽ പോയി ഭക്ഷണം വാങ്ങി കൊടുത്തു. അവളത് കഴിച്ച് കൊണ്ടിരിക്കുമ്പോൾ അവർ വീണ്ടും ചോദിച്ചു.

"മോളെവിടെന്ന"

"എനിക്ക് ചിരിക്കാത്ത ഒരു പാവയെ വേണം" അവൾ പറഞ്ഞു.

"ചിരിക്കാത്ത പാവയോ?"

"മ്. ചിരിക്കാത്ത പല്ലുകളില്ലാത്ത ഒരു പാവ" അവർ അവളെ അതിശയത്തോടെ നോക്കീട്ട് പറഞ്ഞു.

"ആന്റീടെ കൂടെ വരുന്നോ? ചിരിക്കാത്ത പാവ വിൽക്കുന്ന കട എനിക്കറിയാം" അവൾക്ക് കൗതുകം തോന്നി.

"എന്റെ കയ്യിൽ പൈസ ഇല്ലല്ലോ അതിന്"

"അതൊക്കെ ആന്റി വാങ്ങിത്തരാം. എന്റെ കൂടെ വരുന്നോ?"

"മ്". സന്തോഷത്തോടെ അവൾ തലയാട്ടി.

ഭക്ഷണം കഴിച്ച് കഴിഞ്ഞ് അവളവരുടെ കൈ പിടിച്ചു ഇരുട്ടിലേക്ക് നടന്നു. ചിരിക്കാത്ത പാവകൾ വിൽക്കുന്ന കടയിലേക്ക്.

ആയിഷ ഷിബില

രുദ്ര സമംഗ (അശ്വതി അനിൽകുമാർ)

കണ്ണൂർ ജില്ലയിലെ തലശ്ശേരിയിൽ ജനനം. പഠനം തലശ്ശേരി
സേക്രഡ് ഹാർട്ട് ഗേൾസ് ഹയർസെക്കൻഡറി സ്കൂളിലും,
തിരുവങ്ങാട് ജി.എച്ച്. എസ്.എസ്. ലും പൂർത്തിയാക്കി. എഞ്ചിനീറിങ്
ബിരുദധാരി.
പിതാവ്: അനിൽകുമാർ.എം; മാതാവ്: സബിത ഇ.കെ.

ലെറ്റേഴ്സ്ബേ കൺസൾട്ടൻസിയുടെ കഥ 2021 എന്ന
കഥാസമാഹാരത്തിലേക്കും, കൈരളി പബ്ലിക്കേഷൻസിന്റെ
പുലയില്ലാത്ത കവിതകൾ എന്ന കവിതാ സമാഹാരം, പേപ്പർ
സ്ക്വയർ പബ്ലിക്കേഷൻസിന്റെ ചാരനിറമുള്ള കഥകൾ എന്ന
കഥാസമാഹാരം, ലെറ്റേഴ്സ്ബേ കൺസൾട്ടൻസിയുടെ
നീഹാരിക എന്ന കവിത സമാഹാരം, മഴത്തുള്ളി
പബ്ലിക്കേഷൻസിന്റെ പനിക്കുണകൾ എന്ന കവിത
സമാഹാരത്തിലേക്കും എഴുത്തുകൾ പ്രസിദ്ധീകരിച്ചിട്ടുണ്ട്.

ഇൻസ്റ്റാഗ്രാം   : rudra samanga
ഇ–മെയിൽ   : aswatianilkumar@gmail.com

ജാനമ്മ–വയസ്സ് 60

❖

'നേരം മാറാൻ ഇനിയും എത്ര സമയം?
കാലം മാറാൻ ഇനിയും എത്ര സമയം?
ആളുകൾ മാറി മറയാൻ ഇനിയും എത്ര സമയം?
ആളുകൾ മൺ മറയാൻ ഇനിയും എത്ര സമയം?'

അക്ഷരങ്ങൾ തിരമാലകൾ പോലെ സുധിയുടെ ടൈപ്പ് റൈറ്ററിൽ വന്നുകൊണ്ടേ ഇരുന്നു. തിരയെ പുണരാൻ കര വിസമ്മതിക്കുന്നത് പോലെ ചില വാക്കുകൾ സുധി പാടെ ഒഴിവാക്കുന്നുണ്ടായിരുന്നു. ചില കാര്യങ്ങൾ എഴുതുന്ന വ്യക്തിയുടെ മനസ്സിന് ഭാരമായി അനുഭവപ്പെടാം. എഴുതുന്ന കടലാസ്സിലും, അച്ചടിക്കുന്ന മഷിയിലും അതേ അമിതഭാരം നിഴലിക്കും. ആവിശ്യമില്ലാത്തത് ഒഴിവാക്കണം. എന്നാൽ ജീവിതത്തിൽ എല്ലായിപ്പോഴും, എല്ലാ സന്ദർഭങ്ങളും നമുക്ക് അനുകൂലമാകണമെന്നില്ല. ചില വാക്കുകൾ നമ്മൾ എഴുതിയെ തീരുള്ളൂ, ചില വാക്കുകൾ വായിച്ചേ മതിയാകുള്ളൂ. ആ വാക്കുകളിൽ ആയിരിക്കും നീയും ഞാനും, നിന്റെ അഹന്തയും, അഹങ്കാരവും സ്നേഹവും, പശ്ചാത്താപവും അങ്ങനെ ഒരുവനെ കീറി മുറിക്കാൻ പറ്റുന്ന എല്ലാ വികാര വിചാരങ്ങളും ആ വാക്കുകളിൽ ഉണ്ടാവും. അപ്പോൾ പിന്നെ അതെങ്ങനെ ഒഴിവാക്കാൻ പറ്റും അല്ലെ?

എന്നാൽ വാക്കുകളേക്കാൾ വേഗതയുണ്ട് ചിന്തകൾക്ക്. അല്ല, ഓർമകൾക്ക്. അനുവാദം ഇല്ലാതെ അനന്തതയിലേക്ക് കടക്കും. ആ യാത്രയിൽ പലതും തികട്ടി വരും. വ്യക്തികൾ, സ്ഥലങ്ങൾ, സന്ദർഭങ്ങൾ. ഒന്നും വേണ്ട. മാറ്റർ എഴുതുന്നു, അയച്ചു കൊടുക്കുന്നു. പൊടുന്നനെ വാക്കുകൾ സഞ്ചരിച്ച ഓർമകളുടെ കയപ്പ് നിറഞ്ഞ കയത്തിൽ നിന്നും സുധി യാഥാർത്ഥ്യത്തിലേക്ക് രംഗപ്രവേശം ചെയ്തു.

'ഞാൻ ഒരു മജീഷ്യൻ തന്നെ. എത്ര പെട്ടെന്നാണ് താൻ ഭൂതകാലത്തെ പിന്തള്ളി വന്നത്.' സുധി സ്വയം അഹങ്കരിച്ചു. അല്ലെങ്കിലും അനുഭവങ്ങളുടെ ഉപ്പ് ചാക്ക് ചുമക്കുന്ന ഏതൊരു മനുഷ്യനും മജീഷ്യനായെ പറ്റുള്ളൂ. വീണ്ടും അഹങ്കാരം, ഞാൻ എന്ന ഭാവം. എന്നാൽ സുധി തന്റെ കൈയകലത്തിലുള്ള

കടലാസിലേക്ക് നോക്കിയില്ല. തന്റെ അഹങ്കാരത്തെ ഞെരിക്കാൻ ആ രണ്ട് വാക്കുകൾ മതിയാവും. അത് അവന് നന്നായി അറിയാമായിരുന്നു. ഈ നേരമൊന്നു മാറിയിരുന്നുവെങ്കിൽ! ഈ രണ്ടു വാക്കുകൾ എന്നന്നേക്കുമായി തന്റെ ജീവിതത്തിൽ നിന്നും ഒഴിഞ്ഞു പോയിരുന്നുവെങ്കിൽ, മലയാള ഭാഷയിൽ നിന്ന് തന്നെ ഈ വാക്കുകൾ അപ്രത്യക്ഷമായെങ്കിൽ!

തന്റെ കണ്മുന്നിലുള്ള എല്ലാ വസ്തുക്കളും ഉള്ളിൽ ഒരു അഹങ്കാരം കൊണ്ട് നടക്കുന്നതായി സുധിക്ക് തോന്നി. ജനൽ വഴി കടന്നു വന്ന കാറ്റ് തന്റെ ചെമ്പിച്ച മുടിയിഴകളെ ഒരു തരം വൃത്തിക്കെട്ട മേധാവിത്വത്തോടെ കടന്നു പോകുന്നു, എത്ര ഒതുക്കി വെച്ചിട്ടും ശരിയാകുന്നില്ല. അടുക്കി വച്ച പുസ്തക കെട്ടുകൾ വീണ്ടും നിര തെറ്റി തന്നെ നോക്കി പല്ലിളിക്കുന്നതായി അവന് തോന്നി. മുറിയിലെമ്പാടും തിങ്ങി നിന്ന മുഷിഞ്ഞ നാറ്റം ഒഴിവാക്കാൻ ജനലുകൾ തുറന്നിട്ടിട്ട് നേരം ഒരുപാട് ആയിരിക്കുന്നു. എവിടെ... ആ നാറ്റം പോലും മുറിവിട്ട് മാറിയിട്ടില്ല. എല്ലാത്തിനും അഹങ്കാരം. അവരുടേതായ രീതിയിൽ അവരത് തന്നോട് പ്രകടിപ്പിക്കുന്നു. വല്ലാത്തൊരു ദിവസം തന്നെ.

"കൂടുതൽ നെഗളിക്കണ്ട, അഹങ്കരിച്ചു നടന്ന ഒരുത്തനും ജീവിതകാലം മുഴുവൻ അതുംകൊണ്ട് നടന്നിട്ടില്ല. നടക്കാൻ സമ്മതിച്ചിട്ടില്ല. അങ്ങനെ നടന്നവരാരും നല്ലപോലെ ജീവിച്ചിട്ടില്ല. എന്നെ തളയ്ക്കാൻ രണ്ട് വാക്കുകൾ മതി. അതുപോലെ നിങ്ങളെ തളയ്ക്കാനും എന്തെങ്കിലും, ഏതെങ്കിലും കാര്യം പടച്ചവൻ കരുതിയിട്ടുണ്ടാകും. അന്ന് നീയൊക്കെ വാലും ചുരുട്ടി അവിടെ കിടക്കും."

ആരോടെന്നില്ലാതെ സുധി പ്രാകികൊണ്ട് തന്റെ കൈയിലെ സിഗരറ്റ് ചുരുട്ടി കെടുത്തി. കനൽ അണയുന്നില്ല. വീണ്ടും കുത്തി ചുരുക്കി. കനൽ മുഴുവൻ അണഞ്ഞിരിക്കുന്നു.

"നാശം.... ഈ ഒന്നര ചാൺ കൊള്ളി പോലും...."

ഇടക്കാല ആശ്വാസത്തിനായി സുധി തന്റെ ഫോൺ എടുത്ത് പരിശോധിച്ചപ്പോൾ ചീഫിന്റെ ഇരുപത്തഞ്ച് മിസ്സ്ഡ് കോൾസ് കണ്ടു. തിരിച്ചു വിളിക്കാൻ കൈവിരലുകൾ തയ്യാറായെങ്കിലും ബുദ്ധി സമ്മതിച്ചില്ല. കാരണം തന്നെ ഏൽപ്പിച്ച ജോലി താൻ ഇപ്പോഴും ചെയ്തു കഴിഞ്ഞിട്ടില്ല എന്നുള്ള കാര്യം സുധിക്ക് അറിയാമായിരുന്നു. വിളിച്ചു കഴിഞ്ഞാൽ ഉണ്ടാകുന്ന ചോദ്യങ്ങൾക്ക് ഉത്തരമില്ല. ഉത്തരമില്ല എന്നല്ല, അവരെ സമാധാനിപ്പിക്കുന്ന തരത്തിലുള്ള ഉത്തരങ്ങൾ അവന്റെ കൈയിൽ ഇല്ല. എന്നാലും വിളിക്കാതിരിക്കാൻ കഴിയില്ല. ജോലി പോകുന്ന കേസ് ആണ്. ജോലി തന്റെ നിലനിൽപ്പാണ്. ഒരു കാലത്തെ തന്റെ അഹങ്കാരവും ഈ ജോലി ആയിരുന്നു.

അത് ഇല്ലാതെ പോയാൽ. വേണ്ട അറം പറ്റുന്നതൊന്നും ആലോചി ക്കേണ്ട. തിരിച്ചു വിളിക്കാം. ഫോണിൽ നിന്നും കേൾക്കുന്ന ഓരോ റിങ്ങും തന്റെ ചങ്കിടിപ്പ് കൂട്ടുന്നതായി സുധിക്ക് തോന്നി. തോന്നൽ ആയിരുന്നില്ല, സത്യമായ കാര്യമായിരുന്നു അത്.

"എടോ..." എന്നുള്ള നീട്ടിയുള്ള വിളിയിൽ ആ റിങ് അവസാനിക്കുക

യും ചെയ്തു.

ചീഫ്: "തനിക്ക് പറ്റില്ലേൽ ഇട്ടേച്ചു പോണം. മനുഷ്യന്റെ ക്ഷമയ്ക്ക് ഒരു പരിധിയുണ്ട്. ഒരു അത്യാവശ്യത്തിന് വിളിച്ചിട്ട് കിട്ടിയില്ലെങ്കിൽ തനിക്ക് എന്തിനാടോ ആ കോപ്പ്?"

അവസ്ഥ താൻ വിചാരിച്ചതിനെക്കാളും അപകടത്തിലാണ് എന്ന് സുധിക്ക് മനസ്സിലായി. ഇനിയുള്ള കാര്യങ്ങൾ കേട്ടാൽ മാത്രം മതി. കാരണം സമാധാനിപ്പിക്കാൻ തരത്തിൽ ഉള്ള ഒന്നും തന്റെ കൈയിൽ ഇല്ല.

ചീഫ്: "ടൊ... താൻ ഞാൻ പറയുന്നത് വല്ലതും കേൾക്കുന്നുണ്ടോ? തനിക്ക് ടൈപ്പ് ചെയ്യാൻ തന്ന മാറ്റർ എവിടേടോ? ആ കുന്ത്രാണ്ടം കിട്ടിയിട്ട് വേറെ പരിപാടിയുണ്ട്. ഉച്ചയ്ക്ക് ഇവിടെ നിന്ന് ഇറങ്ങി പോയതാണല്ലോ. അതിപ്പോഴും റെഡി ആയില്ലേ?

തണുത്തുറഞ്ഞ ഒരു തരം തരിപ്പ് തന്റെ ശരീരമാസകലം പടരുന്നുണ്ട്. അതിന്റെ പ്രതിപ്രവർത്തനം പോലെ വിരലുകൾ വിറയ്ക്കുന്നു. പിടികൊടുക്കാതെ ഓടുന്ന കള്ളനെ പോലെ തന്റെ ഓരോ ശ്വാസ നിശ്വാസം നിയന്ത്രണമില്ലാതെ അങ്ങോട്ടും ഇങ്ങോട്ടും പാഞ്ഞുകൊണ്ടേയിരിക്കുന്നു.

ചീഫ്   : "തന്റെ ആരെങ്കിലും ചത്തോ? എന്താടോ ഒന്നും മിണ്ടാത്തെ?"

സുധി   : "ചത്തു..."

ചീഫ്   : "എന്ത്.. എന്ത്.. ? ടൊ.. സുധി"

സുധി ഫോൺ കട്ട് ചെയ്തു. ആവേശത്തിന് പുറത്തോ, അഹങ്കാരത്തിന് പുറത്തോ പറഞ്ഞ ഉത്തരമായിരുന്നില്ല അത്. മുറിയിൽ ഒരു തരം കൊഴുപ്പ് നിറഞ്ഞ ഇരുട്ട് തിങ്ങി നിൽക്കുന്നു. ഓർമകൾക്ക് തെളിച്ചം കൂടുന്നത് ഇരുട്ടിലാണ്. ഓർമകൾ ഓരോന്നായി തിളങ്ങാൻ തുടങ്ങി, അതിന്റെ എല്ലാ പ്രഭാവത്തോടും, പ്രകാശത്തോടും കൂടി, പതുക്കെ പതുക്കെ.

'മോനെ... നീ ഇപ്പോ പോയാൽ, ഇനി എപ്പോഴാ?'

'ഒന്നും അറിയില്ല അമ്മെ, ലീവ് ഉള്ള പോലെ വരാം'

ആദ്യത്തെ ജോലി കിട്ടിയതിന്റെ സന്തോഷത്തിലായിരുന്നു സുധി. പുതിയ ഡ്രസ്സുകൾ ഓരോന്നായി ബാഗിൽ അടുക്കി വയ്ക്കുന്ന തിരക്കിൽ അമ്മയുടെ പ്രതീക്ഷയോടുള്ള ചോദ്യങ്ങളും, സങ്കടം കലർന്ന മുഖവും സുധി ശ്രദ്ധിച്ചിട്ടുണ്ടായിരുന്നില്ല. പുതിയ ജോലി, പുതിയ ആളുകൾ, പുതിയ ജീവിതം, അങ്ങനെ കടന്നു വരാവുന്ന എല്ലാ കാര്യങ്ങളെ പറ്റി ആലോചിച്ചും, ചിന്തിച്ചും സുധിക്ക് ഉറക്കം തന്നെ ഉണ്ടായിരുന്നില്ല. അവസാനം താൻ സ്വപ്നം കണ്ട ജീവിതത്തിന്റെ പറിച്ചു നടലിലേക്കുള്ള സമയം എത്തിയിരിക്കുന്നു. പോകാൻ നേരം അമ്മ സുധിയുടെ കൈയിൽ മറ്റു ബാഗുകൾക്കു പുറമെ ഒരു ചെറിയ ടൈപ്പ്റൈറ്റർ കൂടെ വെച്ചിട്ടുണ്ടായിരുന്നു.

"എനിക്ക് നീ കാര്യങ്ങളൊക്കെ ഇതിൽ എഴുതിയിട്ട് അയച്ച മതി, നിന്റെ അച്ഛൻ പഠിപ്പിച്ച ശീലാ ഇത്. നീയായിട്ട് മാറ്റണ്ട."

തന്റെ ജീവിതത്തിൽ നല്ലൊരു കാര്യം നടക്കുന്നതല്ലേ എന്ന് വിചാരിച്ച് ഈ ഒരു കാര്യത്തിന് വേണ്ടി കൂടുതൽ തർക്കിക്കാൻ സുധി തയാറായില്ല. ആദ്യമൊക്കെ ടൈപ്പ്റൈറ്ററിന്റെ താളം വളരെ വേഗത്തിലായിരുന്നു. രണ്ടാഴ്ച കൂടുമ്പോഴൊക്കെ ടൈപ്പ്റൈറ്റർ നിർത്താതെ ചലിച്ചു. നേടിയെടുത്ത ജീവിതത്തിന്റെ പൊടിപ്പും തൊങ്ങലും, ഒന്ന് പോലും വിടാതെ ആ അമ്മ അറിയുന്നുണ്ടായിരുന്നു. മകനെ ആശിക്കുമ്പോഴൊക്കെ കാണാൻ പറ്റാത്തതിന്റെ വിഷമം മാസത്തിൽ വരുന്ന കത്തുകൾ വായിച്ചുകൊണ്ട് അമ്മ ആശ്വാസം കണ്ടെത്തി. പിന്നീട് മാസങ്ങൾ ഓരോന്നായി കഴിയുന്തോറും ടൈപ്പ്റൈറ്റർ മന്ദഗതിയിലായി. നഗര ജീവിതത്തിന്റെ തിരക്കുകളോടൊപ്പം ടൈപ്പ്റൈറ്ററിന് എത്തിപ്പെടാൻ പറ്റിയില്ല. വാക്കുകളുടെ സ്ഥാനം പതുക്കെ മണിയോഡറുകൾ ഏറ്റെടുത്തു. മണിയോഡറുകൾക്ക് വലുപ്പംവച്ചതോടെ വാക്കുകളും തീരെ ചെറുതായി. പിന്നെ എപ്പോഴോ ആ രീതികളൊക്കെ അപ്രത്യക്ഷമായി. പക്ഷെ മറുവശത്തു നിന്നുള്ള വാക്കുകൾ ഇടവേളകളില്ലാതെ സന്ദർശിച്ചിരുന്നു. ആദ്യമൊക്കെ സങ്കടമായിരുന്നു, പിന്നീട് നിരാശയായി. എങ്കിൽ പോലും അന്വേഷണങ്ങൾക്ക് കുറവുണ്ടായിരുന്നില്ല. പെറ്റ വയറിന്റെ ദണ്ണം മണിയോഡ റുകൾക്ക് മനസ്സിലാവില്ലല്ലോ.

അപ്പോഴും സുധി തന്റെ പുത്തൻ ജീവിതം വീണ്ടും വീണ്ടും മോടിപിടിപ്പിക്കുകയായിരുന്നു. കഷ്ടപ്പാടുകൾ വിജയങ്ങളായി, എപ്പോഴോ അ തൊരു തരം അഹങ്കാരമായി മാറി. തന്റെ ജീവിതത്തിലെ മാറ്റങ്ങൾ കനം വന്ന മണിയോഡറുകൾ വഴിയായിരുന്നു സുധി തന്റെ അമ്മയെ അറിയിച്ചത്. രാവിലെ സുധിയുടെ ഫോണിലേക്ക് വന്നൊരു കോൾ, അതായിരുന്നു എല്ലാം തകിടം മറിച്ചത്.

കെട്ടിപ്പടുത്ത സുഖങ്ങൾക്കപ്പുറം ഒരു ജീവിതം ഉണ്ടായിരുന്നു, കാത്തിരിക്കാൻ ഒരു മനുഷ്യൻ ഉണ്ടായിരുന്നു. അഹങ്കാരവും, വിജയവും, നേട്ടങ്ങളും, എന്തിനേറെ നിരസിക്കാൻ പോലും ഒരു മറുപുറം തനിക്കുണ്ടായിരു ന്നു എന്നുള്ള കാര്യം മനസ്സിലാക്കിയത് അമ്മയുടെ മരണ വാർത്ത കേട്ടപ്പോഴാ യിരുന്നു. എല്ലാത്തിനും ഒരു അവസാനം വന്നിരിക്കുന്നു.

കാത്തിരിക്കാൻ...

നിരസിക്കാൻ...

അഹങ്കരിക്കാൻ...

കേമത്തം കാണിച്ച തന്റെ ലോകം സുധിയെ രണ്ടായി കീറിമുറിക്കുന്ന ത് പോലെ തോന്നി, ഓഫീസിലെ കസേരയിൽ തളർന്നിരുന്ന സുധിക്ക് പതിവ് പോലെ വർക്കുകൾ മുന്നിലേക്ക് വന്നുകൊണ്ടേയിരുന്നു. പുതുതായി ചേർക്കേ ണ്ട വാർത്താവിവരങ്ങളുടെ ഇടയിൽ ചരമകോളത്തിൽ ചേർക്കാനായി സ്വന്തം അമ്മയുടെ മരണ വിവരവും, ഫോട്ടോയും സുധിയെ കാത്തിരിക്കുണ്ടായിരുന്നു. മേശയിലെ കടലാസ്സ് കെട്ടുകൾ കൈയിൽ ചുരുട്ടിപ്പിടിച്ചു സുധി തന്റെ മുറിയിലേക്ക് ഓടുകയായിരുന്നു. നില തെറ്റിയ ഓട്ടം, മുറിയിലേക്കുള്ള

പടികളൊക്കെ അവന്റെ കണ്മുന്നിൽ മാഞ്ഞു പോയിരുന്നു. ചുറ്റുമുള്ള ശബ്ദ കോലാഹലങ്ങൾ അവനെ തടയാനും നിന്നില്ല.

മുറിയിലേക്ക് ഓടി കേറിയ സുധി ആദ്യം തിരഞ്ഞത് ടൈപ്പ്റൈറ്ററായി രുന്നു. അവിടിവിടെയായി പൊടി പിടിച്ചിട്ടുണ്ട്. കുറേ നാളുകളായി ഉപയോഗി ക്കാത്തതിന്റെ നീരസം ടൈപ്പ്റൈറ്ററും പ്രകടിപ്പിച്ചു. എല്ലാം പെട്ടെന്ന് തന്നെ ശരിയാക്കി, മരണത്തിന്റെ നീലിമ ടൈപ്പ്റൈറ്ററിൽ തെളിഞ്ഞു. ഒരു പക്ഷെ, അമ്മയ്ക്കായി എഴുതുന്ന അവസാന വരികൾ ഇതാവാം.

  ജാനമ്മ
  വയസ്സ് 60

  സുധി മാറ്റർ എഴുതി മുഴുവിപ്പിച്ചു. കടുംനീല നിറം, കറുപ്പായി, ചാരമായി അവശേഷിച്ചു.

അശ്വതി അനിൽകുമാർ
(രുദ്രസമംഗ)

വിജിത്ര സുധീഷ്

1989 മെയ് 30ന് തിരുവനന്തപുരം ജില്ലയിൽ ജനനം. MBA ബിരുദ ശേഷം HR Professional ആയി സേവനമനുഷ്ഠിക്കുന്നു.
പിതാവ്: കെ.വിക്രമൻ; മാതാവ്: എസ്. ശശികല;
ജീവിത പങ്കാളി: സുധീഷ് പി.

ഫേസ്ബുക്ക്   : Vijithra Sudheesh
ഇൻസ്റ്റാഗ്രാം   : VIJITHRASUDHEESH
ഇ-മെയിൽ   : vijithraangela@gmail.com

ന്യായാധിപൻ ഇല്ലാത്ത കോടതി വിധികൾ

❖

റംലത്താ വൈകുന്നേരം ആയികഴിഞ്ഞാൽ പിന്നെ പഠിപ്പോട് പഠിപ്പാണ്. കളിക്കാൻ കൂട്ടില്ലാതെ കുഞ്ഞു അങ്ങനെ അലഞ്ഞു തിരിഞ്ഞു നടക്കും. കുറച്ചുനേരം നടക്കുമ്പോൾ മനസ്സിലൊരു പുതിയ കളിവരും. റംലത്താന്റെ പുറകിൽ പോയ് പമ്മി നിന്നിട്ട് അവള് പഠിച്ചോണ്ടിരിക്കണ പുസ്തകോം വലിച്ചെടുത്ത് പൊക്കിപ്പിടിച്ചോണ്ടൊരു ഓട്ടമാണ്. പിന്നാലെ അവള് ഓടുമ്പോ പുരക്കകം മൊത്തം ചുറ്റീട്ടു പൊറുതി ഇല്ലാതെ വെളിയിലോട്ട് വെച്ചു പിടിക്കും. വീടിന്റെ ഉമ്മറത്തെ ബൾബിന്റെ മഞ്ഞ വെളിച്ചം ഏതുവരെ പരക്കുന്നുവോ അതുവരെ ഓടും. പക്ഷേ, പിന്നെ ഓടാൻ കുഞ്ഞൂന് പേടിയാണ്.

കുഞ്ഞൂന് ഇരുട്ടിനെ പേടിയാണ്. ഇരുട്ടിൽ ഒളിച്ചിരിക്കണ ചില കൂട്ടരുണ്ട്. അവര് വന്ന്, തന്നെ പൊക്കിയെടുത്ത് ചാക്കിലിട്ട് കൊണ്ട്പോയാ ലോ!

"ചോറ് കഴിക്കാതിരിക്കണ പുള്ളാരെ ആ വിഷ ജന്തുക്കൾ ചാക്കുമാ യി വന്നു തൂക്കി എടുത്ത് അതിമ്മേൽ ഇട്ട് അങ്ങ് ദൂരെ കൊണ്ടോവും". ഉമ്മച്ചി പറയാറുള്ളതാണ്.

ക്ലാസ്സിലെ നിഷമോള് പറഞ്ഞത്

"ഓര് നമ്മടെ കണ്ണൊക്കെ ചൂന്നെടുക്കുന്നാ..."

ആ ഓർമ വരുമ്പോ കുഞ്ഞു ഓട്ടം നിർത്തും. അപ്പൊ ദേ പുറകേ ഓടിയ റംലത്താ വന്ന് പുറകീന്ന് ഒറ്റപ്പിടിയാണ്.

"ദേ..."ന്നും പറഞ്ഞ്. കുഞ്ഞു ഒന്ന് ഞെട്ടുമെങ്കിലും വിളി പുറത്ത് വരില്ല.

"ഒന്നുലേലും നീ ഒര് ആൺകുട്ടി അല്ലേടാ? നാണൊണ്ടാ അനക്ക്...?" അവള് ഇടക്കിടെ കളിയാക്കും. ആ ഓർമ ഉള്ളതുകൊണ്ട് പേടി ഉള്ളിൽ തളച്ചു നിർത്തും.

'ആണുങ്ങൾക്ക് പേടി പാടില്ലത്രേ!'

എന്നിട്ട് അവള് പുസ്തകം പിടിച്ചു വാങ്ങിയിട്ട് വയറ്റിൽ ഇക്കിളിപ്പെടു ത്തും. ചിരിച്ചു ചിരിച്ച് കുഞ്ഞൂന് ശ്വാസം മുട്ടും. എന്നാലും അതൊരു രസാ! ആ രസം ആസ്വദിക്കാനല്ലേ ഇങ്ങനെ പുസ്തകോം എടുത്തും കൊണ്ട് ഓടുന്നത്. റംലത്താ കുഞ്ഞൂനെ തൂക്കി എടുത്ത് പുരക്കത്തെ കട്ടിലിലെ പഞ്ഞി മെത്തമേൽ കൊണ്ടിടും.

"ഇജ് അബടെ കെടക്ക്" കട്ടിലെ മെത്തമേൽ അങ്ങനെ പൊങ്ങീട്ടു താഴുമ്പോൾ അതും കുഞ്ഞൂനൊരു രസാ. താഴെ ഇറങ്ങി ഓടി വീണ്ടും അവളുടെ പുസ്തകം എടുത്തോണ്ട് ഓടുമ്പോ ദാ വരണൂ ഉമ്മച്ചി, കയ്യിലൊരു വടിയും ഉണ്ട്.

"ഓള് പത്താം ക്ലാസ്സിലാ, ഇജ് അവളെ പഠിക്കാൻ സമ്മതിക്കൂലാ...?, കുറുമ്പല്ലം കൂടണുണ്ട്. അന്റ വാപ്പച്ചി ഇങ്ങിട്ട് വന്നോട്ടെ" വാപ്പച്ചി വന്നാ ഇതുവരെ ചെയ്ത് കൂട്ടിയ കൊള്ളരുതായ്മക്കൊക്കെ ചേർത്ത് വെച്ചു തരുമെന്നാണ് ഇത്ത പറയുന്നെ.

"ഉമ്മച്ചീ വേണ്ടാ... വാപ്പോട് പറേണ്ട... പക്ഷേങ്കി കാറും പ്ലെയിനും കൊണ്ടത്തരണ കാര്യം പറേണം. വാപ്പ സൗദിക്ക് പോയ പോലത്ത പ്ലേൻ മതി."

"ആ പ്ലേൻ അനക്ക് ഓടിക്കണോങ്കിൽ ഈ പോരാക്കകൊന്നും പറ്റില്ലല്ലോ കുഞ്ഞൂ..." ഉപ്പൂപ്പയാണ് അത് പറഞ്ഞത്.

"വലിയൊരു പോര തന്നെ വേണം അനക്കതിനെ തളച്ചിടാൻ."

"ഉസ്കൂളിന്റെ അത്രോം വലുതോ?" കുഞ്ഞൂന്റെ കണ്ണിൽ അവന്റെ സ്കൂളിനേക്കാൾ വലിയൊരു കെട്ടിടം ഇല്ല.

"ആ... അന്റ സ്കൂളിന്റെ മൈതാനത്തു പ്ലേനിനെ കൊണ്ടൊന്നു നിർത്താൻ പറ്റും" റംലത്താ സമ്മതിച്ചു. വേറൊരു കാര്യം വാപ്പയോട് പറയാനാ യി കുഞ്ഞു രഹസ്യമായി കരുതി വെച്ചിട്ടുണ്ട്.

'വാപ്പച്ചി നാട്ടിൽ വന്നിട്ടു പോയിട്ട്, പിന്നേയും തിരിച്ചു വരുമ്പോ ഒരു ഒട്ടകത്തിനെ കൊണ്ടോത്തരാൻ.' അതിത്ര രഹസ്യാക്കി വെക്കാനും കാരണമു ണ്ട്.

"ഇത്താ... വാപ്പ ഒട്ടകത്തിലാണോ പണിക്കു പോണത്?" അവള് കണ്ണ് മിഴിച്ചു.

"സൗദീലേ... വാപ്പ ഒട്ടകത്തിന്റെ പൊറത്തിരുന്നാണോ പണിക്കു പോണതെന്നു?" റംലത്ത പൊട്ടിച്ചിരിച്ചു.

"ഒന്ന് പോടാ കുഞ്ഞൂ..." പിന്നെ കുഞ്ഞു ഒന്നും ചോദിക്കാൻ നിന്നില്ല. നിഷമോള് പറഞ്ഞത്

"അവിടെ കൊറേ ഒട്ടകം ഒണ്ട്, അവിടൊള്ളോരെല്ലാം ഒട്ടകത്തിമേലാ പണിക്കു പോണതെന്ന്" ആ ഓർമ വരുമ്പോഴാണ് കുഞ്ഞു അത് ചോദിക്കു

നതെങ്കിലും, ഇത്ത കളിയാക്കിയോണ്ട് ഇനി എന്തായാലും ഈ കാര്യം രഹസ്യാക്കി വെച്ചിട്ടു വാപ്പച്ചിയോട് ചോദിച്ചിട്ട് തന്നെ ബാക്കി കാര്യം. കൂട്ടത്തിൽ ഒരു ഒട്ടകത്തിനെ കൊണ്ടുവരണ കാര്യവും.

അങ്ങനെ ചുവന്ന കാറും വെള്ള വിമാനവും സ്വപ്നം കണ്ട് നടന്ന കുഞ്ഞൂന്റെ മുൻപിൽ എല്ലാവരും സദാ പറഞ്ഞു നടന്ന 'വാപ്പച്ചി' എന്ന മഹാപുരുഷൻ അവതരിച്ചു. കുഞ്ഞു വാപ്പയെ നേരിട്ട് കണ്ട ഓർമയില്ല. കാരണം വാപ്പ അവസാനം സൗദിയക്ക് പോയത് കുഞ്ഞൂനു രണ്ടര വയസുള്ള പ്പോഴാണ്. കുഞ്ഞു കണ്ട വാപ്പ ഉമ്മച്ചിയുടെ കൂടെ നിക്കാഹിന് എടുത്ത ചുവരിൽ തറച്ച ഫോട്ടോയിലുള്ള വാപ്പയെ ആണ്. എന്നാ റംലത്തായ്ക്ക് അറിയാം വാപ്പച്ചീനെ.

പക്ഷേ, കുഞ്ഞു കണ്ട വാപ്പച്ചി അല്ല ഇപ്പൊ വന്നിരിക്കുന്നത്. അതൊണ്ട്തന്നെ കുഞ്ഞു ഉപ്പൂപ്പാന്റെ പുറകെപോയി ഒളിച്ചുനിന്നു. ഫോട്ടോയി ലെ വാപ്പക്ക് താടി ഇല്ല. ഫോട്ടോയിലെ വാപ്പയുടെ മുടി മുഴുവൻ കറുത്തിട്ടാണ്. എന്നാ ഇപ്പൊ വന്നിരിക്കുന്ന ആ മനുഷ്യന് താടിയുണ്ട്. മാത്രല്ല മുടി കുറേയൊ ക്കെ വെളുത്തിട്ടുണ്ട്. പിന്നെ നിറവും ഇരുണ്ടിട്ടുണ്ട്. റംലത്ത പറഞ്ഞിരുന്നപോ ലെ വാപ്പച്ചി തന്നെ ഓടി വന്ന് കെട്ടിപ്പിടിച്ചു മുത്തം തന്നില്ല. വാപ്പച്ചി തന്നെ കണ്ട് ചിരിച്ചതുപോലും ഇല്ല.

വാപ്പച്ചി നേരെ പോയത് റംലത്തായുടെ അടുത്താണ്. അവള് മുറിയിലെ കട്ടിൽമേൽ മുട്ട് കൂട്ടിച്ച് അതിൽ തലവെച്ചിരുപ്പാണ്. പാവം! സ്കൂളിൽ നിന്ന് വരുന്ന വഴിക്ക് അവളൊന്ന് വീണു. കുഞ്ഞു അത് കണ്ടിട്ടില്ല. ഉമ്മച്ചി പറഞ്ഞറിഞ്ഞതാ.

അവളുടെ റോസാപ്പൂ പോലത്തെ ചുണ്ടിൽ രക്തം കട്ട പിടിച്ച ഇരുണ്ട നിറമുണ്ട്. കൈയ്യിലും കാലിലും കുറേ മുറിവുകൾ ഉണ്ട്. അന്ന് മുഴുവൻ ഉമ്മച്ചി നെഞ്ചത്തടിച്ചു കരച്ചിലായിരുന്നു. അത് കണ്ടപ്പോ കുഞ്ഞൂനു പേടിയായി. ഉപ്പൂപ്പാന്റെ പിന്നിൽ വന്ന് ഒളിച്ചു നിന്ന് ഉമ്മയെ നോക്കി.

"ഇജ്ജ് നാട്ടാരേ മുയുവൻ അറിയിക്കോ പാത്തൂ? ഓര് ഞമ്മളെ പച്ചക്കു തിന്നും, നാറ്റിക്കും" ഉപ്പൂപ്പാ ഉമ്മയോട് പറയുന്നത് കുഞ്ഞു കേട്ടു.

റംലത്താ മുറീടെ വെളിയിലേ വന്നില്ല. എപ്പൊ നോക്കിയാലും കട്ടിൻമേൽ തന്നെ ഇരുപ്പാണ്. കരഞ്ഞ് കരഞ്ഞ് കണ്ണെല്ലാം ചുവന്ന് തടിച്ചിട്ടു ണ്ട്. 'കുഞ്ഞൂ കുഞ്ഞൂന്ന്' വിളിച്ച് ഓടിക്കാനും ഇക്കിളി കൂട്ടാനും വന്നില്ല. ഞാറാഴ്ച ആയിട്ടും അവള് കുഞ്ഞൂനെ കുളിപ്പിക്കാനും വന്നില്ല. അവള് കുളിപ്പിക്കുമ്പോ അവളുടെ ദേഹത്ത് വെള്ളം തെറ്റി കളിക്കും. കുളിപ്പിച്ച് തലയും തോർത്തി മേലാകെ പൌഡർ പൂശുമ്പോ ഇക്കിളി പ്പെടുത്തും. കുഞ്ഞു അങ്ങനെ പൊട്ടിപ്പൊട്ടി ചിരിക്കണ കാണാൻ ഇത്തക്കു പെരുത്ത് ഇഷ്ടാണ്.

റംലത്താ വീണ് രണ്ട് ദിവസം കഴിഞ്ഞപ്പോഴാണ് വാപ്പച്ചീടെ വരവ്. ആദ്യമൊക്കെ മടിച്ചു നിന്നെങ്കിലും പിന്നീട് പതിയെപ്പതിയെ വാപ്പാന്റെ അടുത്ത് പോയി. വാപ്പച്ചി കുഞ്ഞൂനെ മടിയിലിരുത്തി.

ആലേഖ്യ

"ഇജ്ജ് വല്ലതും കയിച്ചാ?" ഇല്ലാന്ന് കുഞ്ഞു തലയാട്ടി. വാപ്പച്ചി ഉപ്പൂപ്പാന്റെ കൈയ്യില് പൈസ കൊടുത്തു വിട്ടു. ഉപ്പൂപ്പാ മജീദ് മാമയുടെ കടയിൽന്ന് ദോശ വാങ്ങി വന്നു. വാപ്പച്ചിയാണ് കഴിപ്പിച്ചെ. വിമാനം കൊണ്ട് വന്നില്ല, കാറും കൊണ്ട് വന്നില്ല. ഒട്ടകത്തിന്റെ കാര്യം ചോദിക്കാനാ ഇരുന്നെ. പക്ഷേ ചോദിക്കാനൊരു മടി. വാപ്പച്ചിയോടുള്ള പേടി ഇനീം തീർത്തും മാറീട്ടില്ല.

റംലത്തയും കുഞ്ഞൂം ഒട്ടകത്തിന്റെ പുറത്ത് ഇരിപ്പുണ്ട്. വാപ്പച്ചി ഒട്ടകത്തിന്റെ കയറില് പിടിച്ചിരിക്കുന്നു. ദൂരെ ഉമ്മയും ഉപ്പൂപ്പായും. കുഞ്ഞു കൈ വീശി കാണിച്ചു. വീഴാതിരിക്കാൻ റംലത്ത ചേർത്തു പിടിച്ചിട്ടുണ്ട്. എന്തോ ഒരു ശബ്ദം 'കിരു കിരൂ'ന്ന് കാതില് തുളച്ചു കയറി. കുഞ്ഞു കണ്ണ് തുറന്നു. കിടക്കയിൽ നിന്ന് എഴുന്നേറ്റ് ഇത്തയുടെ അടുത്തേക്ക് ഓടി. അവള് കട്ടിലീന്ന് എഴുന്നേറ്റിട്ടില്ല. കുഞ്ഞു വിളിച്ചു.

"ഇത്താ... ഞാ ഒരു സ്വപ്നം കണ്ട്. എഴീടി പറേട്ടേ"

അവള് കുഞ്ഞുന്റെ കൈയ്യ് തട്ടിക്കളഞ്ഞു. അവന് വീണ്ടും പിടിച്ചപ്പോൾ നിലവിളിച്ചു. കുഞ്ഞു പിന്നെ അവിടെ നിന്നില്ല. ആ ശബ്ദത്തിന്റെ പിന്നാലെ കാത്കൂർപ്പിച്ചു. വാപ്പച്ചി എന്തോ ഒരു സാധനം ഒരു വലിയ കല്ലിൻമേല് ഉരക്കുന്നുണ്ട്. എന്താണെന്ന് നോക്കാൻ കുഞ്ഞു അടുത്തേക്ക് പോയി. അത് വലിയ വായുള്ളൊരു കത്തിയായിരുന്നു.

"ന്തിനാ വാപ്പാ...?" വാപ്പ അവനെ നോക്കി പറഞ്ഞു.

"പൊരക്ക് ചാഞ്ഞൊരു മരത്തിനെ വെട്ടിക്കളയാന്." വാപ്പ കുഞ്ഞൂന്റെ കയ്യില് പിടിച്ചേോണ്ടു വന്ന് ഉമ്മറത്തെ ബഞ്ചിൻമേല് ഇരുന്ന് അവനെ മടിയില് ഇരുത്തി.

"വാപ്പ ഇനി എന്നാ സൗദിക്ക് പോണേ...?"

"വാപ്പ ഇനി സൗദിക്കല്ല വേറൊരിടത്താ പണിക്കു പോണെ"

"വാപ്പച്ചി എന്ന് തിരിച്ചൊരും?"

"വാപ്പ ഇനി തിരിച്ചു വരുമ്പോ കുഞ്ഞു സ്കൂളിലെ പടുത്തൊക്കെ കഴിഞ്ഞു വലിയൊരു കുട്ട്യാവും."

"ഇത്താന്റെ അത്രേം വലുതോ?"

"അതിനേക്കാ വലുതാവും. വാപ്പാടാ കുഞ്ഞു ഉമ്മെയേയും ഇത്താനെയും നോക്കിക്കോണം"

"അതിന് ഉപ്പൂപ്പാണ്ടല്ലോ?"

"ഉപ്പൂപ്പാ എന്നും ണ്ടാവില്ല."

"ഏടെ പോം?" വാപ്പ ഒന്നും മിണ്ടാതെ എന്തോ ആലോചിച്ച് ദൂരെ നോക്കി ഇരുന്നു. കുഞ്ഞു മടില് നിന്ന് എഴുന്നേറ്റ് പോയതുപോലും വാപ്പ അറിഞ്ഞില്ല.

വിശന്ന് വിശന്ന് തളർന്നപ്പോ കുഞ്ഞു വിചാരിച്ചു.

'ചോറ് കഴിക്കാതിരുന്നാ പിടിക്കാൻ വരണ ഉരുവങ്ങള് ഇനി വരത്തില്ലായിരിക്കും അതല്ലേ ഉമ്മച്ചി ചോറ് കഴിക്കാൻ വിളിക്കാത്തെ.'

കളിയും ചിരിയും ഒന്നും ഇല്ല. ചുറ്റിനും നിശബ്ദത. ആരും പരസ്പരം ഒന്നും മിണ്ടുന്നില്ല. ഇടക്കെപ്പോഴോ വെളിയിൽ ഇറങ്ങിയപ്പൊ കുഞ്ഞു എത്തിവലിഞ്ഞു നോക്കി

'ഏതാ ഈ പോരയിൽ ചാഞ്ഞു നിക്കണ മരം!' അങ്ങനെ ഒന്നിനെ അവൻ കണ്ടതും ഇല്ല. മൂടി കളഞ്ഞുപോയൊരു കളിപ്പാട്ടകാരന്റെ വീലുകൾ കൈകൊണ്ടു കറക്കി അവൻ വണ്ടി ഓടിച്ചോണ്ടിരുന്നു.

"ടര്‍......"

പിറ്റേന്നു കാലത്തു കുഞ്ഞു ഉണര്‍ന്നപ്പോൾ വീട്ടിൽ കുറേ ആള്‍ക്കാരുണ്ടായിരുന്നു. ഉമ്മച്ചി വാവിട്ട് നിലവിളിക്കുണ്ടായിരുന്നു. അതുകണ്ട് കുഞ്ഞു പേടിച്ച് ഉപ്പൂപ്പായുടെ പിന്നിൽ പോയി ഒളിച്ചു. ഉപ്പൂപ്പായുടെ കണ്ണ് നനഞ്ഞിരുന്നു. ചാരുകസേരയിൽ ചാരി ഉപ്പൂപ്പ കിടന്നു. കൂടി നിന്നവരൊക്കെ അവിടവിടെ നിന്ന് പരസ്പരം സ്വരം താഴ്ത്തി എന്തൊക്കെയോ പറഞ്ഞോണ്ടിരുന്നു.

"രാത്രീലാ... ഒറ്റ വെട്ടിന് കഴുത്തറ്റ് പോയെന്നാ കേട്ടത്. ഒടനെ കത്തിയുമായി പോയ് കീഴടങ്ങീന്ന്..."

കുഞ്ഞു അത് കേട്ട് നിന്നെങ്കിലും അവന് ഒന്നും മനസ്സിലായില്ല. പുറത്തേക്ക് കളിക്കാനോടിയ അവനെ ആരോ തടഞ്ഞു. അവൻ മുഖത്തേക്ക് നോക്കി.

'മജീദ് മാമ,' അവനെ തിരിച്ച് വിളിച്ച് വീട്ടിനകത്താക്കി. അവൻ എല്ലായിടത്തും വാപ്പയെ അന്വേഷിച്ചു. ഒരിടത്തും കണ്ടില്ല. ജനാലയുടെ ഓരത്തിരുന്ന കളിപ്പാട്ട വണ്ടീടെ ടയറെടുത്തു ഓടിച്ച് ജനാലയിലൂടെ വെളിയിലോട്ട് നോക്കി.

'ശെയ്ത്താന്റെ' വീട്ടിൽ നിറയേ ആളുകളാണ്. മുറ്റത്ത് പോലീസ് വണ്ടിയും ആംബുലൻസും. കുഞ്ഞു ജനാലക്കമ്പിയിൽ മൂക്ക് മുട്ടിച്ചു നോക്കി നിന്നു. ഉപ്പൂപ്പാ ഇടക്കിടെ അങ്ങോട്ട് നോക്കി പറയാറുണ്ടായിരുന്നു.

"ഇങ്ങനേം ഉണ്ടോ ഹറാം പിറന്ന പടപ്പുകൾ! ഓന്റെ ജീവൻ ഏതേലും കത്തിക്ക് ഒടുങ്ങി തീരും. ശെയ്ത്താൻ പിറവി."

ഉമ്മ പറഞ്ഞത് വാപ്പ സൗദിയിലേക്ക് പോയെന്നാ. പക്ഷേ അന്ന് വാപ്പച്ചി പറഞ്ഞത് വേറെ എവിടെയോ പണിക്കു പോണന്നല്ലേ! പിന്നെ ചോദിച്ചവരോടെല്ലാം സ്കൂളിലും പുറത്തും വാപ്പ സൗദീലാണെന്ന് കുഞ്ഞു പറഞ്ഞു.

കുറേ ഏറെ കഴിഞ്ഞ് കുഞ്ഞു മനസിലാക്കി. 'വാപ്പച്ചി പോയ വിമാനം കുഞ്ഞൂന് കളിക്കാൻ പറ്റില്ല. വാപ്പച്ചി ഒട്ടകത്തിന്റെ പുറത്തിരുന്നല്ല പണിക്കു പോയിരുന്നത്. ചോറ് കഴിക്കാതിരുന്നാൽ ചാക്കിലിട്ട് കൊണ്ടുപോകാൻ ഇരുട്ടിൽ ആരും പതുങ്ങി നിക്കാറില്ല. ഉമ്മച്ചി വാവിട്ട് നിലവിളിച്ച ദിവസങ്ങൾ പിന്നീട് കണ്ടിട്ടില്ല. അതുപേടിച്ചു പുറകിൽ പോയി ഒളിച്ചു നിൽക്കാൻ ഉപ്പൂപ്പാ ഇനി ഇല്ല."

ആലേഖ്യ

ജനാല വഴി ദൂരേക്ക് നോക്കുമ്പോൾ ശെയ്ത്താന്റെ പൊളിഞ്ഞു വീഴാറായ വീടിന്റെ മുന്നിൽ അവന്റെ കുഴിമാടം കാണാം.

"അന്റെ വാപ്പ പൊറത്താണോ?" പിന്നീട് പലരിൽ നിന്നും ആ ചോദ്യം ഉണ്ടായി.

"അല്ല ജയിലിലാണ്." അത് പറഞ്ഞ് കുഞ്ഞഹമ്മദ് മുഖം കൊടുക്കാതെ തിരിച്ചു നടക്കും. അത് പറയാൻ അവന് മടിയില്ല.

"ന്റ വാപ്പാ ന്റ കുടുംബത്തിലേക്ക് വേരുകളാഴ്ത്തി സർവ്വ സ്വൈര്യവും സന്തോഷവും വലിച്ചെടുത്ത, പൊരക്കെത്ത് ചാഞ്ഞൊരു പടുമരം, വലിയ വാ കത്തികൊണ്ട് വെട്ടിവീഴ്ത്തിയിട്ടാ പോയത്."

വിജിത്ര സുധീഷ്

ആര്യ എൻ

26 ഏപ്രിൽ 2002ന് കണ്ണൂർ ജില്ലയിൽ ജനനം. പ്രാഥമിക വിദ്യാഭ്യാസം കല്ലായി എ. എൽ. പി സ്കൂളിലും തുടർന്ന് അഞ്ചരക്കണ്ടി ഹയർ സെക്കന്ററി, എടയന്നൂർ ഗവണ്മെന്റ് ഹയർ സെക്കന്ററി സ്കൂൾ എന്നിവിടങ്ങളിൽ ആയിരുന്നു. ബി. കോം ബിരുദ ശേഷം ഇരിട്ടി മഹാത്മാ ഗാന്ധി കോളേജിൽ പിജി (എം. കോം) അവസാന വർഷ വിദ്യാർത്ഥിനിയാണ്.
പിതാവ്: രവീന്ദ്രൻ. വി; മാതാവ്: ചന്ദ്രലേഖ. എൻ

ഇൻസ്റ്റാഗ്രാം   : aarya_raveendran
ഇ-മെയിൽ   : aarya164akhil@gmail.com

ഒട്ടവിലൊരു ചുംബനം

❖

തെരുവിൽ നിന്ന് ആളുകൾ ഒഴിഞ്ഞു തുടങ്ങിയിരിക്കുന്നു. ഒറ്റപ്പെട്ടു ഇരുട്ടിലേക്ക് മുങ്ങുവാൻ വെമ്പി നിൽക്കുന്നിടങ്ങളിൽ വിളക്കുകൾ തെളിഞ്ഞു തുടങ്ങിയിരിക്കുന്നു. നേരിയ കാറ്റ് വീശുന്നുണ്ട്.

"മഴയ്ക്കുള്ള കോളുണ്ടെന്ന് തോന്നുന്നല്ലോ"

"ഹാ ഉണ്ടന്നെ, പെയ്തു തോരട്ടെ അങ്ങനെയെങ്കിലും ചൂടിനൊരു ആശ്വാസം കിട്ടുമല്ലോ"

"അതെയതെ"

വീടുകളിലേക്ക് മടങ്ങുന്ന രണ്ടുപേർ പതിയെ വ്യാപിക്കുന്ന ഇരുട്ടിലൂ ടെ നടന്നു. ചെറിയൊരു നാൽകവല ആയിരുന്നു അത്. നാലുംകൂടിയ പാതയി ൽ പക്ഷേ മൂന്ന് കടകൾ മാത്രമേ ഉണ്ടായിരുന്നുള്ളു. നഗരത്തിൽ നിന്നും ഒഴിഞ്ഞുമാറി നിന്നിരുന്ന സ്ഥലമായതിനാൽ രാത്രി എട്ടിനു ശേഷം അവിടെ ബസുകൾ പോയിട്ട് അല്ലാതെയുള്ള വാഹനകളും കമ്മിയായിരുന്നു. വഴിയരികി ലെ പീടിക ലക്ഷ്യമാക്കി അവർ നടന്നു.

കാലുകൾ ഏച്ചു വലിച്ചാണ് അവർ നടന്നിരുന്നത്. പ്രായത്തിന്റെ ക്ഷീണം മാത്രമായിരുന്നില്ല അവരുടെ മുഖത്ത് കാണുവാനുണ്ടായിരുന്നത്. കണ്ണുകൾ കുഴിഞ്ഞു തുടങ്ങിയിരുന്നു. ഇരുട്ടിൽ തെരുവ് വിളക്കിന്റെ പ്രകാശം അവരുടെ മുഖത്തേക്ക് വീണപ്പോൾ കണ്ണുകൾക്ക് പകരം അവിടെ രണ്ട് കുഴികളാണെന്ന് തോന്നിച്ചു. കാരണം വെളിച്ചം ആ മിഴികളിലേക്ക് എത്തുന്നു ണ്ടായിരുന്നില്ല. പട്ടിണി ആണെന്ന് മനസിലാക്കാൻ വണ്ണം ആ സ്ത്രീയുടെ കഴുത്തിലെ എല്ലുകൾ എഴുന്നുനിന്നിരുന്നു. നരവീണ മുടികളിൽ വെളിച്ചത്തി ന്റെ അല ചെറിയൊരു തിളക്കം പകർന്നു. ആ മുടിയിഴകൾ മറച്ചു പിടിക്കുവാൻ കീറിയ സാരികൊണ്ട് ചെറുതല്ലാത്ത ഒരു ശ്രമം അവർ നടത്തിയിരുന്നു. എന്നാൽ പോലും അത് വിഫലമായി. വലിച്ചുള്ള നടത്തം ആ കടവരാന്തയിൽ അവസാനിച്ചു. അവരവിടെ ഇരുന്നു, ഒരു ദീർഘ നിശ്വാസത്തോടെ. കഥകൾ

അസ്തമിക്കാത്ത ആ കവിൾത്തടങ്ങൾ മങ്ങിയ തോതിൽ തിളങ്ങുന്നതായി തോന്നിച്ചു. കാലുകൾ ഒന്ന് നീട്ടി കടയുടെ ചുവരിലേക്ക് തലചായ്ച്ചു അവരൊ ന്ന് ചരിഞ്ഞിരുന്നു. മഴമേഘം മൂടിയ ആകാശമായിരുന്നെങ്കിലും ചൂട് നിറഞ്ഞു നിൽക്കുന്ന അന്തരീക്ഷമായിരുന്നു അവിടെ. നേരിയ കാറ്റ് വീശുന്നുണ്ടായിരു ന്നെങ്കിലും ചൂടിനെ ശമിപ്പിക്കാൻ പോരാത്ത പോലെ, ഉള്ളിലാളുന്ന ചൂടിനോളമ വ വരില്ലെങ്കിൽ പോലും. കഥകൾ ഒരുപാട് ഉണ്ടായിരുന്നിരിക്കണം അവർക്ക്, എല്ലാ മനുഷ്യർക്കുമുള്ളത് പോലെ. മഴയായും വസന്തമായും വേനലായും തുടരുന്ന കഥകൾ. ഓരോ മനുഷ്യ ജന്മങ്ങളിലും ഇഴചേർന്നിരിക്കുന്ന കഥയുടെ ആഴം കണ്ടെത്തുക എന്നത് നടപ്പുള്ള കാര്യവുമല്ലലോ.

രണ്ട് തുള്ളി വെള്ളം മുഖത്തു തെറിച്ചു വീണപ്പോഴാണ് അവർ ഒന്ന് ഞെട്ടിയത്. ആദ്യമായി മഴയാസ്വാദിക്കുന്ന കുഞ്ഞിന്റെ മുഖഭാവത്തോടെ അവർ മുകളിലേക്ക് നോക്കി. കുറച്ചകലെ നിന്നുള്ള തെരുവ് വിളക്കിന്റെ പ്രകാശത്തിൽ കടയുടെ മേൽക്കൂരയിൽ നിന്നും വീഴുന്ന മഴത്തുള്ളികൾ തിളങ്ങുന്ന മുത്തുകൾ പോലെ തോന്നിച്ചു. കാറ്റിൽ ചെറു മഴതുള്ളികൾ അവരുടെ മുഖത്തു വീണു മൃതിയടയുന്നത് ഇഷ്ടപ്പെടുന്നത് പോലെ ആകാശത്തിലേക്ക് മുഖമുയർത്തി ആ സ്ത്രീ ഇരുന്നു. നഗ്നമായിരുന്ന അവരുടെ കഴുത്തിലും കാതിലും തെറിച്ചു വീണ മഴത്തുള്ളികൾ ഒരു ആഭരണം കണക്കെ തിളങ്ങി. ആ മുഖത്ത് ചിരിയുണ്ടായിരുന്നു. ബാല്യത്തിന്റെ നിഷ്കളങ്ക ത ആ മുഖത്ത് നിറഞ്ഞു കിടപ്പുണ്ടായിരുന്നു. ഒരു പക്ഷേ ഭൂമിയിലെ മനോഹര മായ കാഴ്ചയായിരുന്നിരിക്കണം അത്. ഒരു ചിത്രം പോലെ തോന്നിയ മനോഹരമായ ഒന്ന്.

അന്ന് നല്ല തണുപ്പുണ്ടായിരുന്നു. വരണ്ട മണ്ണിലേക്ക് വാനം അന്ന് കഠിനമായി പെയ്തിറങ്ങിയിരുന്നു. മഴപെയ്ത് തോരുന്ന താരാട്ടിൽ എല്ലാവരും ഉറങ്ങിപോയിരുന്നു. ഇരുട്ട് പുലരുവാൻ തുടങ്ങിയപ്പോൾ ആളുകൾ ഒരു പുതിയ ദിവസത്തിലേക്കും എഴുന്നേറ്റു. പതിവ് ജോലികൾക്കായി അവർ വീടിനോട് യാത്രപറഞ്ഞിറങ്ങി. വന്നവർ വന്നവർ കവലയിൽ കൂടിനിന്നു. പുതു ദിനത്തി ലെ വെളിച്ചം ആ കണ്ണിന്റെ ആഴങ്ങളിലേക്ക് എത്തിയിരുന്നില്ല. അത് ഇരുട്ടുമായി പ്രണയത്തിലായത് പോലെ അടങ്ങു കിടന്നിരുന്നു. ജീവിതത്തിന്റെ ഭാരം ഇത്രയും നാൾ തോളിൽ ചുമന്നതിനാലാവാം ചലനമറ്റ ആ കാലടികൾ തേഞ്ഞു തീർന്ന ചെരുപ്പുകളോട് ദീർഘമായ ഒരു ചുംബനത്തിലായിരുന്നു.

തേഞ്ഞു തീർന്നു പോയവയുടെ ഒടുവിലത്തെ ചുംബനം.

ആര്യ. എൻ

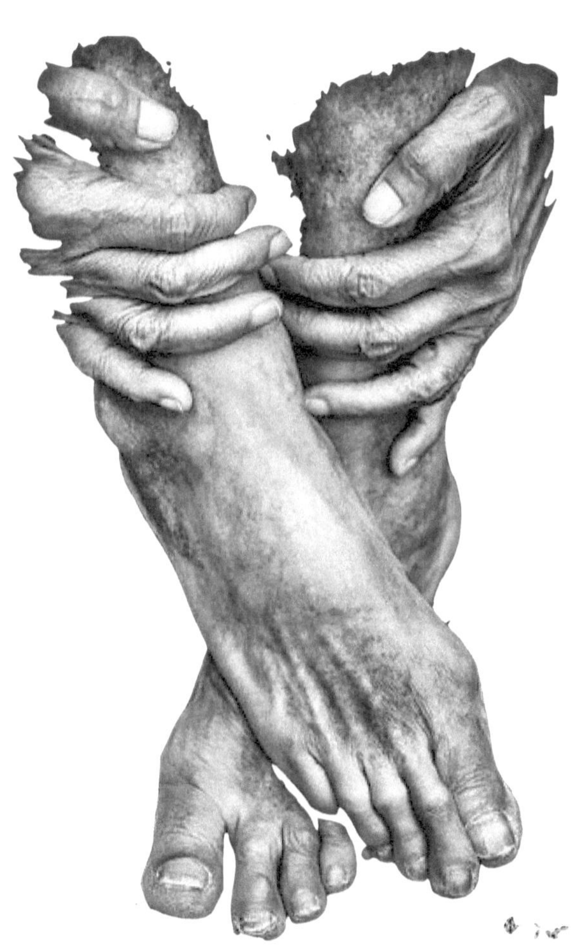

വർഗീസ് തോമസ്

1988 മാർച്ച് 05ന് കോട്ടയം ജില്ലയിൽ ജനനം. BSc നേഴ്സിംഗ് ബിരുദ ശേഷം സ്റ്റാഫ് നേഴ്സായി സേവനമനുഷ്ഠിക്കുന്നു. പിതാവ്: ജോൺ തോമസ്; മാതാവ്: സൂസൻ തോമസ്.

"സൈക്കിൾ റാലി പോലൊരു ലോറി റാലി" എന്ന കവിതയും ലെറ്റേഴ്സ്ബേയുടെ കഥ 2023 എന്ന കഥാസമാഹാരത്തിൽ കഥയും പ്രസിദ്ധീകരിച്ചിട്ടുണ്ട്.

ഫേസ്ബുക്ക്   : Varghese Thomas
ഇൻസ്റ്റാഗ്രാം   : Varghese7463
ഇ–മെയിൽ   : varghese.vazhayil@gmail.com

കേൾവി എന്ന മായ

❖

എല്ല് മുറിയെ പണിയെടുത്താൽ പല്ല് മുറിയെ തിന്നാം എന്നല്ലേ? അത്പോലെ എല്ല് മുറിയെ പണിയെടുത്താൽ നല്ല അന്തസായിട്ട് ഉറങ്ങാനും പറ്റും. എന്നാൽ പ്രായം മുന്നോട്ട് പോവുമ്പോൾ ഈ അധ്വാനമെല്ലാം കുറയും, അതോടെ നമ്മുടെ ഉറക്കവും കുറഞ്ഞു തുടങ്ങും. നമ്മൾ പറയുന്നത് കേൾക്കാ നും നമ്മളെ കാണാനും ആളുകൾ കുറയും. പല രാത്രികളിലും തിരിഞ്ഞും മറിഞ്ഞും കിടക്കും. ഉറങ്ങുന്ന രാത്രികളിലാവട്ടെ ചില ഉൾവിളികൾ കേൾക്കാറു ണ്ട്. കാണാത്തത് കാണാനും കേൾക്കാത്തത് കേൾക്കാനും പ്രായം നമ്മെ കൊണ്ടെത്തിക്കും. പണ്ട് പല രാത്രികളിലും പതിവായി സംഭവിച്ചിരുന്ന ഒരു കാര്യം, പല രാത്രികളിലും എന്റെ ഉറക്കം കെടുത്തിയിരുന്ന ഒരു വിളിയുടെ ശബ്ദം.

"എടാ മോനേ... കൊച്ചേ... ഓടി വാടാ..."

പ്രായം കൂടി വന്നപ്പോൾ ഇത് പതിവായി കേൾക്കാൻ തുടങ്ങി. എന്നാൽ ഇന്നാ വിളിയുടെ ശബ്ദം ഇല്ലെങ്കിലും, ഒരു ഉൾവിളി എന്നോണം ആ ശബ്ദം എന്നെ വേട്ടയാടാറുണ്ട്. ആ ശബ്ദം എന്നെ വേട്ടയാടുന്നു എന്ന് പറയാൻ കാരണം ആ ശബ്ദത്തിനുടമയോട് ഒരിക്കലും പൊറുക്കാനാവാത്ത ഒരു വലിയ അപരാധം ഞാൻ ചെയ്തിട്ടുണ്ട്. ആ ഉൾവിളി ശബ്ദം കേൾക്കു മ്പോൾ ഞാൻ അടുത്ത മുറിയിൽപോയി ലൈറ്റ് ഇട്ട് നോക്കും. മുറിയുടെ കോണിൽ ഒരു വടിയിരുപ്പുണ്ടാവും 'എന്തെ' എന്ന മട്ടിൽ. വടി എന്ന് പറയുമ്പോ ൾ പണ്ട് നല്ല പെരുക്ക് തന്ന വടിയല്ല കേട്ടോ, ഊന്നുവടിയാ... ഊന്നുവടി!

ഊന്നുവടിയെന്ന് പറയുമ്പോൾ ആദ്യം ഓർമ വരുന്നത് പഴയൊരു കാര്യമാ. പണ്ട് ഇരുചക്ര ശകടം ഒന്നുമില്ലാതെ തേരാ പാരാ നടന്നിരുന്ന കാലം. നടരാജനെ മനസ്സിൽ ശരണമാക്കി 100-110ൽ ഓടിക്കൊണ്ടിരുന്ന കാലം. ഒരിക്കൽ ചുറ്റുമുള്ളതൊന്നും ശ്രദ്ധിക്കാതെ ചെറുപ്പത്തിന്റെ ചോരത്തിളപ്പിൽ പോയ ഒരു പോക്കിൽ, സൈഡിൽ നിന്നിരുന്ന ഒരപ്പൂപ്പന്റെ കൈയിലെ വടി മുന്നോട്ട് നീണ്ട് നിന്നിരുന്നു. അത് കാണാതിരുന്ന ഞാൻ, കാലെടുത്തുവച്ച കൂട്ടത്തിൽ അപ്പൂപ്പന്റെ വടിക്കിട്ട് കൊടുത്തു ഒരു തട്ട്. കയ്യിൽ നിന്ന് വടി

പോയപ്പോൾ വീഴാൻപോയ അപ്പൂപ്പനെ അടുത്ത് നിന്ന ആരോ വീഴാതെ പിടിച്ചു. ആരുകണ്ടാലും മഹാനായ ഞാൻ അപ്പൂപ്പന്റെ കയ്യിലിരുന്ന വടി തൊഴിച്ചെറിഞ്ഞ പോലിരിക്കും. അറിയാതെ പറ്റിയ ഒരു കാലബദ്ധത്തിൽ പെട്ടന്ന് വല്ലാതെ വെള്ളി വിളറി നിൽക്കുന്ന സമയത്ത് ട്രാഫിക് നിയന്ത്രിച്ചു കൊണ്ടിരുന്ന ഒരു പോലീസ്കാരൻ നോമിനെ കൈ കാട്ടി വിളിച്ചു. ഒരു കുറ്റവാളിയെപ്പോലെ ഞാൻ തലകുനിച്ചു അദ്ദേഹത്തിന്റെ മുന്നിലേക്ക് നടന്നു. അന്നവിടെ നിന്നും ഞാൻ കേട്ട ചില വാക്കുകളുണ്ട്. എന്നെ നീറ്റിയ വാക്കുകൾ.

"നാളെ നിനക്കും പ്രായമാവും. നിന്നോട് ഒരാൾ ഇങ്ങനെ ചെയ്താൽ നിനക്ക് എന്ത് തോന്നും"

"അത് സാർ, വടി മുന്നിലിരുന്നത് ശ്രദ്ധിച്ചില്ല."

"നീ എന്താ ആകാശത്തോട്ട് നോക്കിയാണോ പോവുന്നെ." ശകാര വർഷം ഒരു മഴപോലെ വീണപ്പോൾ എന്റെ കണ്ണുകൾ തുളുമ്പി വന്നു. അന്ന് മനസ്സിൽ കുറിച്ചിട്ടു വേദവാക്യം പോലെ അദ്ദേഹത്തിന്റെ വാക്കുകൾ. മുതിർന്ന വരെ കുറച്ചു കൂടി ശ്രദ്ധിക്കണം. അവർക്ക് വേണ്ടത് ചെയ്ത് കൊടുക്കണം. ജീവിതത്തിന്റെ ഓട്ടത്തിനിടയിൽ നമ്മൾ കാണാതെ പോവുന്ന പല കാര്യങ്ങളു മുണ്ട്. ഒരിക്കലും മറക്കാൻ കഴിയില്ല ആ ദിവസവും അത് പഠിപ്പിച്ച പാഠവും.

വർഷങ്ങൾ പലത് കടന്നു പോയി. പ്രായവും മുന്നോട്ട് പോയി. പിതാവ് വടി കുത്തി നടക്കുന്ന പ്രായം. ചിലപ്പോളൊക്കെ രാത്രിയിൽ പിതാവ് തെന്നി വീഴാറുണ്ട്. പല രാത്രികളിലും വീഴുമ്പോൾ എന്നെ വിളിക്കും 'എടാ കൊച്ചേ ഓടി വാടാ' എന്ന്. ചെറുപ്പത്തിൽ പല തവണ ഞാൻ വീണപ്പോൾ എന്നെ കോരിയെടു ത്ത അപ്പനെ ഒരു മടിയും കൂടാതെ ഞാൻ സഹായിക്കും. അത് ഒരു മകൻ എന്ന നിലയിൽ ഞാൻ ചെയ്യേണ്ട ഏറ്റവും വലിയ കാര്യമാണ്. ആ പ്രായത്തിൽ എന്നെക്കൊണ്ട് ചെയ്ത് കൊടുക്കാവുന്നത് എല്ലാം, കൂടെ നിന്ന് ചെയ്ത് കൊടുക്കുക.

അങ്ങനെയിരിക്കെ ഒരു നാൾ ഒരിക്കലും സംഭവിക്കാൻ പാടില്ലാത്ത ഒരു കാര്യം നടന്നു, അതും എന്റെ ഒരു മോശം സ്വഭാവം കാരണം. എനിക്ക് പെട്ടെന്ന് ദേഷ്യം വരുകയും അതുപോലെ പെട്ടെന്ന് തണുക്കുകയും ചെയ്യും. കൂടെ ദേഷ്യം വന്നാൽ മുന്നിലുള്ളത് എന്തും വലിച്ചെറിയുന്ന ഏറ്റവും മോശപ്പെട്ട സ്വഭാവം കൂടി ഉണ്ട്.

പലപ്പോളും പഴയ ജനറേഷനും പുതിയ ജനറേഷനും രമ്യതയിലെത്താ ൻ പാടാണെന്ന് പറയുമല്ലോ. അവർ പറയുന്ന പല കാര്യങ്ങളും ഉൾക്കൊള്ളാൻ കഴിഞ്ഞെന്ന് വരില്ല. അതിന് തടസം ജനറേഷൻ ഗ്യാപ് ആണെന്ന് ചിലർ പറയും. അങ്ങനെയിരിക്കെ ദേഷ്യം മൂത്തു ഭ്രാന്തായി നിന്ന നേരം മുന്നിൽ ഊന്നുവടിയുമായി നിന്ന അപ്പന്റെ വടി വാങ്ങി ഞാൻ ദൂരെയെറിഞ്ഞു. ചെയ്ത് പോയ അപരാധം എത്രമാത്രം വലുതാണെന്ന സത്യം എന്നെ നിരന്തരം വേട്ടയാടി. ഒരിക്കൽ അറിയാതെ പറ്റിയ തെറ്റ് പിന്നീട് അറിഞ്ഞുകൊണ്ട് ചെയ്തു പോയി. എത്ര കാല് പിടിച്ചാലും പൊറുക്കാനാവാത്ത തെറ്റ്.

ഇന്നാ വിളിയുടെ ശബ്ദത്തിന്റെ ഉടമയില്ല. എന്നാൽ പല രാത്രികളി

ലും ഞാൻ ആ ശബ്ദം കേൾക്കാറുണ്ട്. ഒരു മായ കാഴ്ചപോലെ ഊന്നവടിയുമാ
യി അപ്പൻ മുന്നിൽ നിന്ന് എന്നെ നോക്കാറുണ്ട്. ആ വിളിയുടെ ശബ്ദം വെറും
മായയാണെങ്കിലും ഞാൻ ചെയ്ത്പോയ അപരാധം എന്നും മായാതെ
നിൽക്കും.

വർഗീസ് തോമസ്

റിഷാദ് കബീർ

1984 ഒക്ടോബർ 09ന് തൃശ്ശൂർ ജില്ലയിലെ ചാലക്കുടിയിൽ ജനനം:
ബിരുദ ശേഷം സ്വകാര്യ മേഖലയിൽ സേവനമനുഷ്ഠിക്കുന്നു.
പിതാവ്: എം. എസ്. കബീർ; മാതാവ്: നഫീസ;
ജീവിത പങ്കാളി: ജാസ്മിൻ.

പ്രസിദ്ധികരിച്ച രചനകൾ : ഭാവനാതീതം, ജീവാംശം
(ചെറുകഥകൾ)

ഫേസ്ബുക്ക്   : rishadkabeer
ഇൻസ്റ്റാഗ്രാം   : risab_kabeer
ഇ-മെയിൽ   : rishadakabeer@hotmail.com

ചമയം

ഉറങ്ങാൻ കിടന്നിട്ട് കുറെ നേരമായി, കണ്ണടച്ചാൽ കാണുന്നത് തലകു ത്തിനിന്നുകൊണ്ട് അഭ്യാസം കാണിക്കുന്ന ആ മനുഷ്യനെയാണ്. തലകുത്തി നിക്കുന്നപലരെയും കണ്ടിട്ടുണ്ട്. പാപ്പന്റെ മോൻ കുട്ടൻ ചേട്ടൻ മുതൽ അടുത്ത വീട്ടിലെ കളിക്കൂട്ടുകാരൻ ജോസപ്പൻ പോലും. എന്തിന് ഇടയ്ക്കിടെ ഞാനും ചേട്ടനും കൂടെ തലകുത്തി നിക്കാറുണ്ട്. അത് പക്ഷെ വല്ല പുൽതകിടിയിലോ, മെത്തമേലോക്കെയല്ലേ. ഇതങ്ങനെ അല്ലായിരുന്നു, മണ്ണിൽ തല പൂഴ്ത്തി കാലു രണ്ടും വായുവിൽ ചലിപ്പിച്ച് ഒരു കൈ നിലത്തുറപ്പിച്ച് മറുകൈ കാണിക ൾക്ക് നേരേ യാചനാരൂപേണ കാണിച്ചു കൊണ്ട്.

കുറച്ചു ദിവസങ്ങളായി സ്കൂളിൽ ചെന്നാൽ എല്ലാവർക്കും പറയാനു ള്ളത് താലപ്പൊലിക്കാവിലെ വിശേഷങ്ങളാണ്. ഇതൊന്നും, ഇതുവരേയ്ക്കും കാണാത്ത ഞാൻ കാണാതെ കാണുന്ന മട്ടിൽ എല്ലാം കേട്ടിരുന്നു. കൺമുന്നിൽ കാതിരമ്പി ചീറിപ്പായുന്ന മരണക്കിണർ അഭ്യാസങ്ങൾ, ആകാശം മുട്ടുന്ന ജയന്റ് വീൽ, ദേവികോലം കെട്ടിയ പല നിറങ്ങളിലുള്ള മനുഷ്യർ, വില്ലനയ്ക്കുള്ള കളി ക്കോപ്പുകൾ എന്നുവേണ്ട ആനമയിലൊട്ടകങ്ങളൊക്കെ കൺമുന്നിൽ കാണാ തെ കണ്ട വിവരണങ്ങൾ.

സ്കൂൾ വിട്ടു വീട്ടിലേക്ക് നടക്കുന്ന വഴിക്ക് ചേട്ടനോടാണ് ആദ്യം പറഞ്ഞത്,

"എടാ എനിക്ക് താലപ്പൊലി കാണണം!" പ്രതീക്ഷിച്ചതിനേക്കാൾ തണുപ്പൻ മട്ടിൽ അവൻ പറഞ്ഞു.

"ഹാ കണ്ടോ.. നീ പോയി കണ്ടിട്ട് വന്നോ."

"ഞാനെങ്ങനെ കാണും? നമക്ക് അമ്മയോടോ മാമന്മാരോടോ പറഞ്ഞാലോ?"

"ഹാ നീ പറഞ്ഞു നോക്ക്, താലപ്പൊലി ഇല്ലെങ്കിലും നിന്റെ ചന്തി നല്ല തല്ലുകൊണ്ട് പൊളിഞ്ഞോളും. കഴിഞ്ഞാഴ്ചത്തെ ക്ലാസ് ടെസ്റ്റിലെ പത്തിൽ മൂന്ന് മാർക്കിന്റെ വേദന മാറിയോടാ?"

അവൻ പറഞ്ഞത് കേട്ടപ്പോ അറിയാതെ ചന്തി തടവിപ്പോയി. പിന്നെ ഒന്നും മിണ്ടാതെ റോഡരികു ചേർന്ന് അവന്റെ പിന്നാലെ വീട്ടിലേക്ക് നടന്നു. വഴിയരികിൽ നിറയെ പൂത്തു നിൽക്കുന്ന സിംഗപ്പൂർ ഡെയ്സികൾ എന്നത്തേ

യും പോലെ പുഞ്ചിരിച്ചുകൊണ്ട് നിന്നു. ഈ പേര് ടീച്ചർ പറഞ്ഞു തന്നതാണ്, കേരളത്തിന്റെ സ്വന്തം പൂക്കൾ എന്ന പ്രൊജക്റ്റ് അസൈൻമെന്റിൽ ഞാൻ കൊണ്ടുപോയ അഞ്ചു പൂക്കളിൽ ഒന്ന് ഈ മഞ്ഞ സുന്ദരിയായിരുന്നു. ഞാൻ മാത്രല്ല ക്ലാസ്സിലെ പകുതിപേരും കൊണ്ട് വന്നത് വഴിയരികിൽ സുലഭമായ ഈ പൂക്കൾ തന്നെ. എല്ലാവരും കമ്മൽപൂവ് എന്ന് പേരെഴുതിയപ്പോൾ എനിക്ക് അമ്മാമ പറഞ്ഞു തന്ന പേര് അമ്മിണിപ്പൂ എന്നായിരുന്നു. മഞ്ഞപ്പൂക്കൾ കൊണ്ടു വന്ന എല്ലാവർക്കും അസൈൻമെന്റിൽ ഒരു മാർക്ക് കുറച്ചിട്ട് ഇത് നമ്മുടെ സ്വന്തം പൂവല്ല, വന്നു കയറിയ അതിഥി ആണെന്നും, പിന്നീട് അധിനി വേശങ്ങളെ കുറിച്ചും, പല പല വലിയ അധിനിവേശ ശക്തികളെ കുറിച്ചും മേരി ടീച്ചർ വാചാലയായി. പത്തുവയസ്സോളംമാത്രം പ്രായമുള്ള നാലാം സ്റ്റാൻഡേർഡ് ഭാവി തലമുറ ഒരു കുഞ്ഞു പൂച്ചെടിപോലും എത്ര ശക്തിയുള്ളതാണെന്നു മനസ്സിലാക്കി നിശ്ശബ്ദമായി എല്ലാം കേട്ടുകൊണ്ടിരുന്നു.

പടിയും കടന്ന് വീട്ടിലെത്തുമ്പോ കണ്ടത്, പൈകിടാവിനെ വലിച്ച് തൊഴുത്തിൽ കയറ്റാൻ പാടുപെടുന്ന അമ്മാമയെ ആണ്. ഉമ്മറത്തിണ്ണയിൽ ബാഗ് വലിച്ചെറിഞ്ഞു തൊഴുത്തിനടുത്തേക്കോടി. വാലുപൊക്കി ബലം പിടിച്ച് നിക്കുന്ന പയ്യിനെ പുറകിന്ന്പോയി ഒരു തള്ളച്ചു കൊടുത്തു. ഞാൻ തൊട്ടതും മൂപ്പര് തൊഴുത്തിനുള്ളിലേക്ക് തുള്ളിച്ചാടി കയറിപ്പോയി. പശുക്കിടാവിനെ തൊഴുത്തിന്റെ ഒരു മൂലയിലായി കെട്ടിയിട്ട് പുറത്തേക്കു വരുമ്പോൾ അമ്മാമ്മ പറയുന്നുണ്ടായി,

"സ്കൂൾ വിട്ട് വന്നാ കയ്യും കാലും കഴുകി പോയി ചായ കുടിക്കാരുന്നി ല്ലേ? ഇവിടിങ്ങനെ ചുറ്റിപറ്റി നിൽക്കണോ".

അതൊന്നും കേൾക്കാൻ മെനക്കെടാതെ ഞാൻ പറഞ്ഞു,

"അമ്മാമ്മേ... അമ്മിണിപ്പൂ അധിനിവേശ ശക്തിയാണ്, അത് നമ്മുടെ നാട്ടിലെ സ്വന്തം തുമ്പയെയും മുക്കുറ്റിയെയും ഒക്കെ അടിച്ചമർത്തി ഇവിടെ വളർന്നു വലുതായതാണ്. അതുകാരണം ടീച്ചർ എന്റെ ഒരു മാർക്ക് തന്നില്ല." ഞാൻ പറഞ്ഞതിൽ പകുതിയും മനസ്സിലാകാതെ അമ്മാമ്മ അടുത്ത് വന്നു എന്റെ തലയിൽ തലോടിക്കൊണ്ട് പറഞ്ഞു,

"പോയി കയ്യും കാലും കഴുകി വാ, ചായ എടുത്ത് വയ്ക്കാം"

ചായ കുടിക്കുന്നതിനിടയിൽ, പതിവ് പോലെ ഒരു പിടി കപ്പലണ്ടിക്കു രു ചായഗ്ലാസ്സിലേക്കിട്ടു. ചായക്കൊപ്പം കപ്പലണ്ടി ചവച്ചു കൊണ്ട് ചെറിയൊരു വിക്കലോടെ ഞാൻ പറഞ്ഞു. ചിലസമയങ്ങളിൽ അങ്ങനെയാണല്ലോ, വാക്കു കളിങ്ങനെ മനസ്സിൽവരും, അത് പ്രോസസ് ചെയ്യാൻ പറ്റാതെ നാവിങ്ങനെ വിക്കി വിക്കി കൊണ്ടേയിരിക്കും.

"അമ്മാമ എന്നെ താലപ്പൊലിക്ക് കൊണ്ടോവോ? ക്ലാസ്സിലെ കുട്ട്യോ ളൊക്കെ പോയി, ഞാൻ മാത്രം ഇത് വരെ കണ്ടില്ലാ." അതുകേട്ട് അമ്മാമയുടെ മുഖത്തൊരു പുഞ്ചിരി തെളിഞ്ഞു, എന്റെ മനസ്സിൽ പ്രതീക്ഷയുടെ മത്താപ്പൂക്ക ളും.

"ഹാ നിന്റെ, അമ്മ വന്നോട്ടെ, ഞാൻ പറയാം." അമ്മാമ എന്തെങ്കിലും പറഞ്ഞാൽ പിന്നെ അമ്മക്കോ മാമന്മാർക്കോ വേറെ അഭിപ്രായങ്ങളൊന്നും ഉണ്ടാവില്ല. അവർക്കറിയാം ചെയ്യാൻ പറ്റാത്ത കാര്യങ്ങളെകുറിച്ച് സംസാരിച്ച് സമയം കളയുന്ന ആളല്ല ഇതെന്ന്. ആ സമയം അമ്മാമയെ നോക്കിയപ്പോൾ വലിയൊരു കപ്പൽ ഒറ്റയ്ക്ക് നിയന്ത്രിക്കുന്ന കപ്പിത്താനെപ്പോലെ തോന്നി.

ഇത്ര ഉത്സാഹത്തോടെ അടുത്തകാലത്തൊന്നും വീടിനു പുറത്തേക്ക് കാലെടുത്തുവച്ചിട്ടില്ല. ചേട്ടനു ലോട്ടറി അടിച്ചതാണ്, കഷ്ടപ്പെട്ടു കാര്യങ്ങൾ നടത്തി എടുത്തത് ഞാൻ തനിച്ച്.

താലപ്പൊലി കാഴ്ചകൾ സത്യത്തിൽ അത്ഭുതം തന്നെയായിരുന്നു. ഇടതു കയ്യിൽ ചേട്ടനെയും വലതു കയ്യിൽ എന്നെയും വിടാതെ പിടിച്ചുകൊണ്ട് ആ ജനത്തിരക്കിനിടയിലൂടെ അമ്മാമ ഒരു മടിയും കൂടാതെ നടന്നു. ഞങ്ങളുടെ കണ്ണിൽ വിരിഞ്ഞ നക്ഷത്ര തിളക്കം കണ്ട് അവരുടെ മുഖത്തെ പുഞ്ചിരിക്ക് മാനത്തമ്പിളിയെക്കാൾ ഭംഗിയുണ്ടായിരുന്നു.

അതിനിടയിലാണ്, ഇതുവരെ ആരും പറയാതിരുന്ന ആ തലയില്ലാത്ത മനുഷ്യനെ കാണുന്നത്. അയാളുടെ മുന്നിലായി വിരിച്ചിട്ടിരുന്ന ഒരു തുണിച്ചാക്കിന്റെ നടുവിലായി ഒരു ചെറിയ പെയിന്റ് പാട്ട തുറന്ന് വച്ചിരുന്നു. അതിന്റെ ചുറ്റിലുമായി ആരെല്ലാമോ അലസമായി വലിച്ചെറിഞ്ഞ കുറെ നാണയത്തുട്ടുകളും. അമ്മാമ സാരിത്തുമ്പിലെ കെട്ടിൽ നിന്നും ചുരുട്ടിയ ഒരു നോട്ടെടുത്ത് ആ പാട്ടയിൽ വച്ചുകൊടുത്തു. അമ്മാമയെ കഷ്ടപ്പെടുത്തരുതെ ന്ന അമ്മയുടെ താക്കീത് ഓർത്തിട്ടും ഒരു നൂറു സംശയങ്ങൾ തിളച്ചു മറിഞ്ഞു പുറത്തേക്ക് തുളുമ്പി. തിരക്കിലെ ബഹളങ്ങൾക്കിടയിൽ എന്റെ ശബ്ദം അലിഞ്ഞില്ലാതായി. എന്റെ ചോദ്യങ്ങൾക്കെല്ലാം ഞാൻ തന്നെ ഉത്തരങ്ങളുണ്ടാ ക്കി.

'മരിച്ചവരെയല്ലേ മണ്ണിൽ പുതപ്പിക്കുന്നത്, ഒരു പക്ഷേ തല മാത്രം മരിച്ചു പോയ ഒരു മനുഷ്യന്റെ ഉടലിങ്ങനെ കാത്തിരിക്കുന്നതായിരിക്കുമോ? മരണത്തിന്റെ അനുഗ്രഹത്തിനായി. തെങ്ങീന്ന് വീണു ശരീരം തളർന്നു കിടപ്പിലായിരുന്ന ശങ്കുചേട്ടൻ മരിച്ചപ്പോ ആളുകൾ പറയുന്നുണ്ടായി. ഇപ്പൊ മരിച്ചത് അനുഗ്രഹായി, എത്രനാളെന്ന് കരുതിയാ ഈ കിടന്ന കിടപ്പ്!'

എത്രയാണ് നടന്നതെന്ന് അറിയില്ല, കണ്ടാലും കണ്ടാലും തീരാത്ത കാഴ്ചകൾ കുഞ്ഞികാലുകൾ തളർന്നപ്പോൾ കണ്ടുമതിയെന്നായി. ബസ്സിറങ്ങി വീട്ടിലേക്കു നടക്കുന്ന വഴി ചേട്ടൻ ചോദിച്ചു.

"അമ്മാമ പൈസ കൊടുത്ത ആ സർക്കസ്സ്കാരന് ശ്വാസം മുട്ടില്ലേ?" ഒരു ദീർഘ നിശ്വാസത്തോടെ അമ്മാമ പറഞ്ഞു.

"കണ്ണാ നീ പഠിച്ചിട്ടില്ലേ നിത്യാഭ്യാസി ആനയെ ചുമക്കും. അതുപോലാ ണ് ഇതും, അയാൾ നിത്യം ശീലിച്ചത് കൊണ്ടാണ് അയാൾക്കതിനു സാധിക്കുന്ന ത്. അതിനൊപ്പം അയാളുടെ ഒപ്പം സഹായികൾ ഉണ്ടാകും, അയാൾക്ക് അത്യാവശ്യം ശ്വസിക്കാൻ എന്തെങ്കിലും സൂത്രം ചെയ്ത് വച്ചിട്ടുണ്ടാകും. പിന്നെ പെട്ടെന്ന് എന്തെങ്കിലും അപകടം സംഭവിച്ചാൽ അവർ അയാളെ സഹായിച്ചു

കൊള്ളും. എല്ലാം ഒരു നേരത്തെ വിശപ്പടക്കാനായി ചെയ്യുന്നതാണ്. അയാളെ ആശ്രയിച്ചോരു കുടുംബമുണ്ടാകും നിങ്ങളെപ്പോലെ കുഞ്ഞുമക്കളുമുണ്ടാകും. അവരുടെ ഭക്ഷണം, വസ്ത്രം, വിദ്യാഭ്യാസം, സുരക്ഷ എല്ലാം അയാളുടെ ഉത്തര വാദിത്തമാണ്. ഇന്ന് ആ കുഞ്ഞുമക്കൾ അയാൾ വരുന്നത് പ്രതീക്ഷയോടെ കാത്തിരിക്കുന്നുണ്ടാകും. നാളെ ആ കുഞ്ഞുമക്കൾ വളർന്നു വലുതായി ഉദ്യോഗസ്ഥരൊക്കെയായി ഈ അച്ഛനെ സംരക്ഷിക്കുമെന്നുള്ള വിശ്വാസത്തിൽ അയാൾ ശ്വാസമടക്കി പിടിച്ചു അഭ്യാസം കാണിക്കുന്നു. നമ്മൾ കൊടുക്കുന്ന ഓരോ നാണയത്തുട്ടും അയാളുടെ വിശ്വാസത്തിനു കൂടുതൽ ശക്തികൊടുക്കു ന്നു."

ഞാനും ചേട്ടനും എല്ലാം കേട്ടുകൊണ്ട് അമ്മാമയുടെ കൂടെ നടന്നു. ഇതൊക്കെ മനസ്സിലായെന്ന മട്ടിൽ വഴിയരികിലെ അമ്മിണിപ്പൂക്കൾ പുഞ്ചിരി ച്ചുകൊണ്ട് നിന്നു. അധിനിവേശ ശക്തിയെ അടിച്ചമർത്തുന്നതിലേക്കുള്ള സംഭാവനയെന്നോണം ആരോ, വഴിയുടെ ഓരത്തായി ഒരാടിനെ കൊണ്ട് കെട്ടിയിരുന്നു.

കണ്ണടച്ച് കിടന്നു രാത്രിയുടെ ശബ്ദങ്ങളിൽ അലിഞ്ഞ് എപ്പോഴോ ഉറക്കത്തിലേക്ക് ഊളയിട്ടു. കാതിൽ തുളച്ചുകയറുന്ന അലാറം ശബ്ദം കേട്ടാണ് കണ്ണുതുറന്നത്. സ്ഥലകാലബോധം വരുന്നതിനു മുൻപ് താലപ്പൊലിക്കാവിലെ നിറങ്ങളെല്ലാം മിന്നിമറഞ്ഞു. ഏതോ ഭൂതകാലത്തിലെ നിറമുള്ള ഓർമകൾ. മറവിയുടെ കാണാക്കയങ്ങളിലേക്ക് എത്ര വലിച്ചെറിയപ്പെട്ടാലും നിദ്രയുടെ മൂടുപടമണിഞ്ഞ് സ്വപ്നങ്ങളുടെ ഓളപ്പരപ്പിൽ ശ്വാസമെടുക്കാനെത്തുന്ന ഓർമകൾ.

ശീതീകരിച്ച മുറിക്കുള്ളിലേക്ക് വെളിച്ചം അരിച്ചിറങ്ങി തുടങ്ങിയിരു ന്നു. പതുപതുത്ത കമ്പിളിപുതപ്പ് തലയിലൂടെ മൂടി കണ്ണുകളൊന്നുകൂടി അടച്ചുനോക്കി. ഓർമകൾക്ക് പകരം മുന്നിൽ തെളിഞ്ഞത് ചെയ്തു തീർക്കാനുള്ള ജോലികൾ, ഷെഡ്യൂൾ ചെയ്തിരിക്കുന്ന ക്ലയന്റ് മീറ്റിംഗുകൾ. ഉത്തരവാദിത്തബോധത്തിൽ നിന്നുമുൾക്കൊണ്ട ഊർജ്ജത്തിൽ കിടന്നിടത്തു നിന്നും എഴുന്നേറ്റ് നടന്നു. തലേദിവസം ചെയ്തു പകുതിയാക്കിയ പെയിന്റിങ് കാൻവാസിലേക്ക് നോക്കി. നിറങ്ങളുടെ അകമ്പടിയില്ലാതെ ഒരു മനുഷ്യൻ. ദൂരെ ചക്രവാളസീമയിൽനിന്നും വെളിച്ചം പ്രതീക്ഷകളുടെ നിറങ്ങളായി അയാ ളിലേക്ക് അടുത്തു വരുന്നു. ഇനിയും പൂർത്തിയാകാത്ത അയാളുടെ മുഖത്തിനു ഏറ്റവും പ്രിയപ്പെട്ട നിറങ്ങൾ കൊടുക്കണം. അയാൾക്ക് ചുറ്റിലുമാ യി താലപ്പൊലിക്കാവിലെ ചമയങ്ങളെല്ലാം ഒരുക്കണം. നിറങ്ങളേറെയുള്ള കുട്ടികാലത്തിലെ നിറമില്ലാത്ത ഓർമയായി അവശേഷിച്ച ആ തലയില്ലാത്ത മനുഷ്യനെയും നിറങ്ങളുടെ ലോകത്തൊരു രാജാവാക്കണം.

റിഷാദ് കബീർ

വിൻഷ പ്രകാശ്

2003 ഓഗസ്റ്റ് 28ന് പാലക്കാട് ജില്ലയിൽ ജനനം. പാലക്കാട്
മേഴ്സി കോളേജിൽ നിന്നും ബിരുദം. പാലക്കാട് ഒറ്റപ്പാലം എൻ.
എസ്. എസ് കോളേജിലെ സാമ്പത്തിക ശാസ്ത്ര ബിരുദാനന്തര
ബിരുദവിദ്യാർത്ഥിനിയാണ്
പിതാവ്: ശ്രീപ്രകാശ്; മാതാവ്: ദേവി പ്രകാശ്

"കർക്കിടകം" എന്ന കവിത , unicodespc പ്രസിദ്ധീകരിക്കുന്ന
"ഹൃദയമേ നീ അറിയുക" എന്ന കവിതാ സമാഹാരത്തിലും,
"തരിശ്ശുനിലം" എന്ന ചെറുകഥ, കൊച്ചി അന്താരാഷ്ട്ര
പുസ്തകോത്സവത്തിലും തിരഞ്ഞെടുക്കപ്പെട്ടിട്ടുണ്ട്.

ഫേസ്ബുക്ക്   : Vinsha Devi Prakash
ഇൻസ്റ്റാഗ്രാം   : vinshaprakash
ഇ–മെയിൽ   : vinshaks2003@gmail.com

ആമി

❖

രണ്ടാനമ്മയുടെ നിലവിളി കേട്ടാണ് ആമി ഉറക്കമുണർന്നത്. ഒരു പേടി സ്വപ്നത്തിൽ നിന്ന് ഞെട്ടിയുണർന്ന പോലെ അവൾ എഴുന്നേൽക്കുകയും ചെയ്തു. അല്ലെങ്കിലും ആമിക്ക് ആ അമ്മയെന്നുമൊരു പേടിസ്വപ്നം തന്നെയാണ്.

"എടീ, ആമി.... നിനക്ക് എണീക്കാൻ ആയില്ലേടീ? ഞാൻ ഇന്നലെ പറഞ്ഞതല്ലേ കിണറ്റിൻ പള്ളയിൽ പോയി വെള്ളം കൊണ്ടുവരണമെന്ന്"

ആമി കണ്ണുമിഴിച്ചു നോക്കുമ്പോൾ ചൂലും കെട്ടുമായി അലറിനില്ക്കു ന്ന അമ്മയെയാണ് കണ്ടത്. അവൾ മറുത്തൊന്നും പറയാതെ മുഖവും കഴുകി കുടവുമെടുത്ത് കിണറ്റിനരികിലേക്ക് പോയി. ആമി ഏഴാം ക്ലാസ് വിദ്യാർത്ഥിനി യാണ്. ഒന്നാം ക്ലാസിൽ പഠിക്കുമ്പോഴാണ് ഡെങ്കിപ്പനി വന്ന് അവളുടെ അമ്മ മരിച്ചത്.

"ആസ്പത്രില് കൊണ്ടോരുന്നേല് ന്റെ മോളെ രക്ഷിക്കാരുന്നു, ഈ പണ്ടാരത്തിന്റെ തലവര കണ്ടതിൽ പിന്നെയാണ് കുടുംബംനാശായത്, ന്റെ മോള് പോയതും"

എന്നും പിറുപിറുത്തു കൊണ്ട് അന്ന് വീടുവിട്ട് ഇറങ്ങിയതാണ് കല്യാണി മുത്തശ്ശി. പിന്നീടൊരിക്കലും തിരിഞ്ഞു നോക്കീട്ടില്ല. ആമി രണ്ടിൽ എത്തിയപ്പോൾ അവളുടെ അച്ഛൻ മറ്റൊരു വിവാഹം കഴിച്ചു. അവർക്ക് ഇപ്പോൾ നാല് വയസ്സുള്ള മകനുണ്ട്.

"ദേ, ആ കൊച്ച് വരണണ്ട്. പാവം ഇതിനെ ആ നന്ദിനി പണിയെടുപ്പി ച്ച് കൊല്ലും." ഒരു സ്ത്രീ പറഞ്ഞു.

"അല്ലേലും സ്വന്തം തള്ള ചത്താൽ അവർടെ മക്കളെ ആർക്ക് വേണം!"

"സ്വന്തന്ന് പറയാൻ ആരെങ്കിലും വേണം, എങ്കിലേ ജീവിക്കണേല് ഒരിത് ഇണ്ടാവുള്ളൂ." നാട്ടുകാർ അന്യോനം പറഞ്ഞു തുടങ്ങി.

ആമി വെള്ളവുമെടുത്ത് തിരികെ വീട്ടിലെത്തി. അപ്പോഴേക്കും അവളുടെ നന്ദിനിയമ്മ (രണ്ടാനമ്മ) റേഷനരി കഴുകി വൃത്തിയാക്കി വച്ച് ചിട്ടി

പിടിക്കാൻ പോയിരുന്നു. അരി തിളപ്പിക്കാൻ വെക്കുന്നതും ഉപ്പേരി ഉണ്ടാക്കലും അവളുടെ പണിയാണ്. വീട്ടിലെ സകല പണിയും ചെയ്ത് തീർത്താണ് ആമി സ്കൂളിലോട്ട് ഓടുന്നത്. ടീച്ചർമാർക്കെല്ലാം അവളുടെ അവസ്ഥയറിയാം. അവരെല്ലാം ഒരമ്മയുടെ വാത്സല്യം നൽകാറുമുണ്ട്. അതുകൊണ്ട് തന്നെ സ്കൂൾ അവൾക്കെന്നും ഒഴിച്ചു കൂടാനാവാത്ത സ്ഥലമാണ്. സ്കൂൾ വിട്ടയുടനെ അവളോടിയെത്തുന്നത് മുത്തശ്ശന്റെ അടുത്തേക്കാണ്. അദ്ദേഹം താമസിക്കുന്നത് തന്റെ രണ്ടാമത്തെ മകനും കുടുംബത്തോടുമൊപ്പമാണ്. ആമിയുടെ ചാച്ചനും ഭാര്യക്കുമൊന്നും അവൾ ആ വീട്ടിലേക്ക് വരുന്നത് തീരെ ഇഷ്ടമല്ല. എന്നിരുന്നാലും മുത്തശ്ശന്റെ ഇഷ്ടപ്രകാരവും നിർബന്ധ പ്രകാരവുമാ ണ് അവൾ ആ വീട്ടിൽ കയറുന്നത്.

നാലു മണിക്ക് സ്കൂൾ വിട്ട് വീടെത്തുമ്പോഴേക്കും അവൾക്കായി മുത്തശ്ശൻ ആ ചുളിഞ്ഞ കൈകളിൽ ഒരു പൊതി സൂക്ഷിച്ചുവച്ചിട്ടുണ്ടാവും. അതിൽ അവൾക്ക് പ്രിയങ്കരമായ മിക്സ്ചറും, ചിപ്സും പതിവായിരുന്നു. മിക്സ്ചറിന്റെ എരിവു കലർന്ന ചിപ്സ് എന്നുമൊരു വികാരമാണെന്ന് മുത്തശ്ശന് അറിയാമായിരുന്നു.

"മുത്തശ്ശാ..."

"ആ... ആമിക്കുട്ടി എത്ത്യോ? എന്താ ഇന്നിത്തിരി വൈക്യേ?"

"ഒന്നുല്ല്യ മുത്തശ്ശാ ഒരു സ്പെഷ്യൽ ക്ലാസുണ്ടാരുന്നു. എവ്ടെ, യെന്റെ പൊതിയെവിടെ?

"അത് നിന്റെ ചാച്ചന്റെ മക്കളൊക്കെ തിന്നു തീർത്തു. പിണങ്ങണ്ട, വാ നമുക്ക് ടൗണു വരെ പോകാം. അവിടുന്ന് പരിപ്പുവടയോ മറ്റോ വാങ്ങി തരാം." അവൾ സന്തോഷത്തോടെ തുള്ളിച്ചാടി മുത്തശ്ശന്റെ വഴുവഴുപ്പുള്ള കൈയ്യിൽ തൂങ്ങി നടന്നു.

ആമിയുടെ മനസിൽ സ്വപ്നങ്ങളായി മാത്രം നിലനിന്നിരുന്ന പല കാഴ്ചകളും, സന്തോഷങ്ങളും അവൾക്ക് മുത്തശ്ശൻ സമ്മാനിച്ചു. ഒരായുസ്സു മുഴുവനും സന്തോഷിക്കാനുള്ള വകയുമായിട്ടാണ് മുത്തശ്ശനും, കൊച്ചുമോളും തിരിച്ച് വീട്ടിലെത്തിയത്.

"നന്ദിനി..." മുത്തശ്ശൻ വിളിച്ചു.

"ഓ വന്നോ, എന്തിനാ ഇത്ര നേരത്തെ എത്ത്യേ? മോളെ ദുബായിലും ആഫ്രിക്കയിലും കൂടി എഴുന്നെള്ളിക്കാരുന്നല്ലോ!"

"ഒന്ന് നിർത്ത് നന്ദിനി" ആമിയുടെ അച്ഛൻ പറഞ്ഞു.

"ഇവളെ വിശ്വസിച്ചല്ലേ ഞാൻ അയൽക്കൂട്ടത്തേയ്ക്ക് പോയത്. പോയി വരുമ്പോ നിങ്ങളുമില്ല, ഇവളുമില്ല. എന്റെ മോൻ മാത്രം ഒറ്റയ്ക്ക്" മറുപടി പറഞ്ഞു.

"നീയല്ലേ അവന്റെ തള്ള, നിനക്കാ ഉത്തരവാദിത്തം വേണ്ടത്, അല്ലാ തെ ഇവളെ പഴി പറഞ്ഞിട്ട് നിനക്ക് എന്താ കിട്ടണത് നന്ദിനിയെ?" മുത്തശ്ശൻ പ്രതികരിച്ചു. മുത്തശ്ശൻ പോയതും ആ സ്ത്രീ ഒരു ദാക്ഷിണ്യവും കൂടാതെ

ആമിയെ മർദിച്ചു. അവളുടെ സന്തോഷങ്ങൾക്ക് പെട്ടെന്നൊരു അന്ത്യം കുറിച്ചുകൊണ്ടാണ് വേദനകൾ കടന്നുവന്നത്.

'തല്ലല്ലേ അമ്മേ' എന്ന വാക്കു പോലും അവളിൽ നിന്നും അകന്നു പോയി. ആമി തേങ്ങി തേങ്ങി കരഞ്ഞു, വാക്കുകൾ പോലും കിട്ടാത്ത വിധം. ആ സന്തോഷങ്ങൾ എല്ലാം അവളുടെ കണ്ണീരിന്റെ ഒഴുക്കിൽപ്പെട്ടു. രാത്രിയിൽ വളരെയധികം കരഞ്ഞതിനാൽ മുഖവും കണ്ണുകളുമെല്ലാം തടിച്ച് ചുമന്ന നിറത്തിലായിരുന്നു. കണ്ണുനീരിന്റെ നീറ്റലും കണ്ണിൽ പ്രകടമായിരുന്നു. ആമി എഴുന്നേറ്റ് ചുറ്റിലും നോക്കി, ആരെയും കാണുന്നില്ല. അവൾ കിടക്കപായ മടക്കിവെച്ചു പുറത്തേയ്ക്ക് പോയി. ആദ്യം കണ്ണെത്തിയത് ചാച്ചന്റെ വീട്ടിലേ ക്കായിരുന്നു. അവിടെ നിന്നു നോക്കിയാൽ വ്യക്തമായി വീട് കാണാമായിരുന്നു.

'ആ വീടും പൂട്ടിയിരിക്കാണല്ലോ! ഇവരൊക്കെ എങ്ങട്ടാണാവോ പോയേക്കണത്?'

"ന്താ, ആമി മോളേ ഇങ്ങനെ നിക്കണത്?" അയൽക്കാരി ചോദിച്ചു.

"ഒന്നൂല്യാമ്മായി, അച്ചനെയും അമ്മയേയും കുട്ടാപ്പിയേയും കാണണില്യ. മാത്രല്ല ചാച്ചനും വീടു പൂട്ടിയിരിക്കു"

"ആ... അതാണോ, ഇന്നല്ലെ നിങ്ങടെ ബന്ധൂന്റെ കല്യാണം"

"മ്മ്" കൂടുതലൊന്നും പറയാതെ അവൾ വീടിനകത്തേക്ക് പോയി.

'എന്നാലും മുത്തശ്ശനെന്താ എന്നോട് പറയാതെ പോയത്? മാത്രല്ല, ഇന്ന് ഞായറാഴ്ച ആവുമ്പോ നിക്ക് സ്കൂൾ ഇല്ലാത്തെ ആണെന്ന് അറിയാലോ, പിന്നെന്താ?' ആമി ചിന്തിച്ചു.

അവൾ അരി കഴുകി അടുപ്പത്തിടുകയും കറിയ്ക്ക് വേണ്ടതും ചെയ്തു തുടങ്ങി. അന്ന് നല്ല മഴയുണ്ടായിരുന്നു. അവൾക്ക് മഴ നല്ല ഇഷ്ടമാ ണ്. വീട്ടിൽ ആരുമില്ലാത്തതു കൊണ്ട് അവൾക്ക് കൂട്ടായി, തന്നെ തേടി വന്ന കൂട്ടുകാരിയാണ് മഴയെന്ന് ആമി വിശ്വസിച്ചു. ആ പേമാരിയോട് അവൾ സംസാരിച്ചു. സങ്കടങ്ങളും, സന്തോഷങ്ങളും കൈമാറി.

പെട്ടെന്ന് തന്നെ സന്ധ്യയായി. മുമ്പത്തെക്കാളും ആ സന്ധ്യയ്ക്ക് ഇരുട്ട് കൂടുതലായിരുന്നു. കാർമേഘങ്ങൾ ആ പരിസരത്തെയാകെ ഇരുട്ടിലാ ക്കി. മഴയെയും, ഇരുട്ടിനെയും പ്രണയിക്കുന്നവർക്ക് പോലും ഭീതി നൽകുന്ന അന്തരീക്ഷമായിരുന്നു അത്. പതിയെ പതിയെ ആമിയിലും ഭീതി ഉടലെടുത്തു.

"എന്ത്യേ ഭഗവാനേ ഇവരൊക്കെ? ന്റെ കണ്ണാ വേഗം അവരെ വരുത്തിക്കണേ"

തേങ്ങ ചകിരിയും, വിറകുമെല്ലാം എടുത്തു വച്ചിട്ടുണ്ടോയെന്ന് ഉറപ്പു വരുത്താനായി വീണ്ടുമവൾ വീടിനു പുറത്തേക്ക് പോയി. പിൻവശത്തെ വാതിലടക്കുമ്പോൾ അവളുടെ പുറകിൽ ആരോ നില്ക്കുന്നത് പോലെ തോന്നി. പക്ഷേ, ആരുമില്ലായിരുന്നു. തന്റെ ഭയത്തിൽ നിന്നുമുദിച്ച ചിന്തകൾ മാത്രമാണെന്നവൾ വിശ്വസിച്ചു.

"ഈശ്വരാ, ഈ പ്രേതങ്ങളൊക്കെ ഉള്ളതാണോ? നിക്ക് പേടിയാവുന്നു ഭഗവാനേ... അച്ഛനുമമ്മയും വേഗം വരണെ" ആമിയുടെ പ്രാർത്ഥന തുടർന്നു.

ആ സമയം തന്നെ കറൻറും പോയിരുന്നു. വീട്ടിലൊരു മണ്ണെണ്ണ വിളക്കിന്റെ വെളിച്ചം മാത്രമേ ഉണ്ടായിരുന്നുള്ളൂ. പൊട്ടിയ ഓടിന്റെ വിടവുകളി ലൂടെ മഴ വെള്ളവും, ഇടിമിന്നലും പ്രവേശിച്ചു കൊണ്ടിരുന്നു. ഓരോ ഇടി മുഴക്കങ്ങളും അവളിൽ ഞെട്ടലുണ്ടാക്കി. കാൽപ്പെരുമാറ്റങ്ങളും, കതക് തട്ടുന്ന ശബ്ദങ്ങളും ഇടയ്ക്കിടെ കേൾക്കുന്നതായി തോന്നി. പെട്ടെന്നാണ് ശക്തിയുള്ള കാറ്റു വീശിയത് അത് തിരിനാളത്തെ ഇല്ലാതാക്കുകയും ചെയ്തു. ചുറ്റിലും ഇരുട്ട് പടർന്നു. ആ സമയത്ത് വാതിലിൽ ആരോ തട്ടുന്ന ശബ്ദം വ്യക്തമായി കേട്ടു.

"ആ....രാത്...?" ആമി ചോദിച്ചു. മറുപടിയുണ്ടായില്ല.

അണഞ്ഞു പോയ മണ്ണെണ്ണ വിളക്കുമെടുത്ത് തീപ്പെട്ടിയ്ക്കായി അടുക്കളയിലേക്ക് പോയി. അപ്പോഴും ആ വാതിലിൽ ശബ്ദം കേൾക്കാമായി രുന്നു. രണ്ടും കൽപ്പിച്ചു കൊണ്ട് വിളക്കുമായി വാതിലിന്റെ അടുത്തേക്ക് ചെന്നു. വാതിൽ തുറന്നു. ആ രൂപം കണ്ടതും അവളുടെ കണ്ണുകൾ നിറഞ്ഞൊഴുകി. അത് അവളുടെ മുത്തശ്ശനായിരുന്നു.

"മുത്തശ്ശാ..." വിളിച്ചു കൊണ്ടവൾ അദ്ദേഹത്തെ കെട്ടിപ്പിടിച്ചു.

"ന്താ, ന്തിനാ ന്റെ ആമി മോൾ കരയണത്? പേടിച്ചോ ന്റെ കുട്ട്യ നിയ്യ്?"

"അതെ മുത്തശ്ശാ, ഞാനിത്ര നേരം പേടിച്ചിരിക്കാരുന്നു"

"ആ പോട്ടെ ഇപ്പോ ഞാൻ വന്നൂലോ"

"അച്ഛനുമമ്മയും എവിടെ മുത്തശ്ശാ?"

"അവരൊന്നും വന്നില്യാ ആമിയേ... നല്ല മഴയല്ലേ, എങ്ങനാ വരുന്നേന്നും പറഞ്ഞ് അവിടെ തങ്ങി. എന്നാൽ മഴയല്ലേ നീ ഒറ്റയ്ക്കാണെന്നു മാത്രം ആരും ചിന്തിച്ചില്ലാ. പക്ഷെ, നിക്കെന്റെ കുട്ട്യേ കണ്ടില്ലാന്ന് വെയ്ക്കാൻ പറ്റോ! അതാ ഞാനിങ്ങട് പോന്നേ." സന്തോഷത്തോടെ വീണ്ടുമവൾ മുത്തശ്ശനെ കെട്ടിപ്പിടിച്ചു.

"മ്മ്, ഇവിടെ നല്ലോണം മഴ ചോരണുണ്ട്. ഓടും ഇളകീണ്ട്. ഇവിടെ നിന്നാൽ അപകടമാ. മോള് വാ, നമുക്ക് ചാച്ചന്റെ വീട്ടിലേക്ക് പോകാം വാ"

"ശരി മുത്തശ്ശാ"

ഒരു കുടയും കൂടിയെടുത്ത് അവർ ആ വീട്ടിലേക്ക് നടന്നു.

"ഹാ, ആമി മോൾടെ തല ചെറുതായി നനഞ്ഞിട്ടുണ്ടല്ലോ! വാ തോർത്തി തരാം" മുത്തശ്ശൻ ആമിയുടെ മുടിയിഴകൾ നന്നായി തോർത്തി കൊടുത്തു. അവർ അടുത്തിരുന്നു, കഥകൾ പറഞ്ഞു, ഒരുപാട് സംസാരിച്ചു, ചിരിച്ചു.

മുത്തശ്ശൻ അവളുടെ തോളിൽ കൈ ചേർത്തു. അവളെ തന്റെ നെഞ്ചോട് ചേർത്തു. പാതി വഴിയ്ക്ക് സ്നേഹം നഷ്ടമായ ഒരു അച്ഛൻ-മകൾ ബന്ധം അവൾക്കനുഭവപ്പെട്ടു. എന്നോ തനിക്ക്നഷ്ടമായ അച്ഛന്റെ സംരക്ഷണ വും, അമ്മയുടെ വാത്സല്യവും അവൾക്കപ്പോൾ ലഭിച്ചിരുന്നു.

ആമി സ്നേഹത്തോടെ, ആ നനവുള്ള കണ്ണുകൾ കൊണ്ട് മുത്തശ്ശ

നെ നോക്കി. അപ്പോൾ അവളെ നോക്കി കൊണ്ടിരുന്നത് ആമിയുടെ പ്രിയപ്പെട്ട മുത്തശ്ശനായിരുന്നില്ല. തന്നെ ഇല്ലാതാക്കാനുള്ള വിധം ശക്തിയുള്ള മറ്റേതോ കാട്ടാളനായി രൂപപരിണാമം ചെയ്തു കഴിഞ്ഞിരുന്നു. കോഴിക്കുഞ്ഞുങ്ങളെ തട്ടിയെടുക്കാൻ നില്ക്കുന്ന പരുന്തിൻ കണ്ണുകളായിരുന്നു അത്.

ആമിയുടെ തോളിൽ ചേർത്ത കൈകൾ മറ്റേതോ അർത്ഥതലങ്ങളി ലേക്ക് വഴി മാറി. അത് അന്നവൾ പിടിച്ചു നടന്നിരുന്ന വഴുവഴുപ്പുള്ള കൈകളാ യിരുന്നില്ല, അതൊരു മൃഗത്തിന്റെ കരങ്ങളായിരുന്നു. അയാൾ അവളെ ഒന്നനങ്ങാൻ പോലും പറ്റാത്ത വിധത്തിൽ ശാരീരികമായും മാനസികമായും തളർത്തിയിരുന്നു. ഇന്നലെ അവൾക്ക് നൽകിയ സ്വപ്ന തുല്യമായ കാഴ്ചക ളൊക്കെയും ഇന്നിന്റെ വേദനകൾക്കുള്ള തുടക്കമാണെന്നവൾ അറിഞ്ഞിരുന്നി ല്ല. അറക്കാൻ കൊണ്ടുപോകുന്നതിനു മുമ്പ് വെള്ളം കൊടുക്കുന്നത് പോലെയായിരുന്നു അയാൾ ആ സന്തോഷമവൾക്ക് നൽകിയത്.

ഒരു പുതപ്പിന്റെ സുരക്ഷിതത്വത്തിൽ ആമി ഒരു മൂലയിൽ പോയിരുന്നു. അവളെ പൊതിഞ്ഞിരുന്ന ഇരുട്ട്പോലും ആമിയെ വിട്ടുപോയി. കറണ്ടു വന്നിരിക്കുന്നു, മുറി മുഴുവൻ പ്രകാശഭരിതമായി. അവൾ നോക്കിയ പ്പോൾ കണ്ടത്, തന്റെ ഇരയെ ഭക്ഷിച്ച ഒരു മൃഗത്തിന്റെ സന്തോഷത്തിലിരിക്കു ന്ന അയാളെയാണ്. മറുത്തൊന്നും പറയാനോ ചെയ്യാനോ സാധിക്കാത്ത ചലനമറ്റ പാവയെ പോലെ ആമി പതിയെ അവളുടെ കണ്ണുകളടച്ചു.

വിൻഷ പ്രകാശ്

ശിവപ്രിയ മുരളി

കാസറഗോഡ് ജില്ലയിലെ ചള്ളിക്കരയിൽ ജനനം. ജി.എൽ.പി.എസ് ചള്ളിക്കര, ജി.യു.പി.എസ് ബേളൂർ, GHSS Attenganam, AGHSSKodoth, Nehru College Kanhangad, University Campus Mangattuparamba, ചരിത്രത്തിൽ ബിരുദം, ബിരുദാനന്തര ബിരുദം. B.Ed എന്നിവ നേടി.

പുസ്തകങ്ങൾ: ഹരിത വിദ്യാലയം, ഒരു പെൺ ശിശിരം.

പരകായ പ്രവേശം

"വൈരമലക്കുന്ന് വെട്ടി വീഴ്ത്തി. വൈരമല ഭഗവതിയുറങ്ങുന്ന മണ്ണിന്ന് റോഡു പണിക്ക് പോയിരിക്കുന്നു. റോഡ് വീതി കൂട്ടുകയാണിപ്പോൾ. സർക്കാർ സ്ഥലം ഏറ്റെടുത്തിരിക്കുന്നു. 3 കൊല്ലത്തിലൊരിക്കൽ തെയ്യം കെട്ട് നടക്കുന്ന കാവ് ഇടിച്ചു നിരത്തപ്പെട്ടു. കളിയാട്ടം മുടങ്ങി. പരദേവത പിണങ്ങി. കണ്ടങ്ങളിൽ* കൃഷിയില്ലാതായി. വിളവെടുപ്പില്ലാതെ വിത്തിടീലില്ലാതെ, വിതയില്ലാതെ എല്ലാം തരിശായിരിക്കുന്നു. തെയ്യം കെട്ട് മുടങ്ങിയതിൽ പിന്നെ അവിടത്തെ കോലാധാരിയായ രാമൻ പണിക്കർ. ഒരു മുറിയിൽ ഒറ്റയ്ക്കിരുപ്പ് തുടങ്ങിയിട്ട് ദിവസങ്ങളായി. തന്റെ പതിനാറാം വയസ്സിൽ തുടങ്ങിയ തെയ്യം കെട്ട്. ഇരുപത്തേഴാം വയസ്സു മുതൽ വ്രതമെടുത്ത് വൈരമലഭഗവതിയുടെ കോലം കെട്ടിയാടുന്നുണ്ട്. രാമൻ പണിക്കരുടെ അച്ഛൻ ദേർമൻ പണിക്കർ മരിച്ചതിൽ പിന്നെ അവിടത്തെ കോലാധാരിയായതാണ് അദ്ദേഹം. കളിയാട്ടമി ല്ലാത്ത സമയം ഓട്ടോ റിക്ഷയോടിച്ച് ഭാര്യയും രണ്ട് മക്കളുമടങ്ങുന്ന ചെറിയ കുടുംബത്തിനു വേണ്ട അന്നം കണ്ടെത്തും. വൈരമലഭഗവതിയുടെ അനുഗ്ര ഹം കിട്ടിയിരുന്ന കുടുംബം. തന്റെ എല്ലാ ഐശ്വര്യത്തിനും കാരണം വൈരമലഭ ഗവതിയെന്ന് വിശ്വസിക്കുന്ന രാമൻ പണിക്കർ. ഇന്ന് ഒരു ശൂന്യത അനുഭവിക്കു ന്നു.

ഇന്ന് വൈരമലക്കാവിൽ കളിയാട്ടം നടക്കേണ്ട ദിവസമാണ്. പെട്ടെന്ന് രാമൻ പണിക്കർ ഉറഞ്ഞു തുള്ളാൻ തുടങ്ങി. അത് കണ്ട് അയാളുടെ വീട്ടിൽ ആളുകൾ കൂടി. ഭാര്യയും മക്കളും ഭയത്തോടെ നോക്കി നിന്നു.

"ന്റെ പൈതങ്ങളേ... ഈ വൈരമലയുടെ അമ്മ ഈ മല വിട്ടിറങ്ങി പ്പോയിട്ട് ദെവസങ്ങളായി. ഞാൻ കുടികൊണ്ട ഈ മണ്ണ് ഇടിച്ചു നിരത്തി പണിത ഒന്നും കൊണം പിടിക്കില്ല. റോഡായാലും... മാളികയായാലും... അധികകാലം ഉണ്ടാവില്യ. വൈരമല ഭഗവതിയാ പറയണേ... ഈ നാട്ടിലാരും ഞാൻ പോയിട്ട് ഒന്ന് അന്വേഷിച്ചോ? ഈ രാമൻ... വർഷങ്ങളായിട്ട് ന്റെ കോലം കെട്ടിയാടണ രാമന്റെ മനസ് ആരെങ്കിലും കണ്ടോ? ഇല്ല, കാണില്ല. ഭഗോതിയെ ഇപ്പോ

ആർക്കും വേണ്ട. എല്ലാർക്കും എല്ലാമുണ്ട്. പക്ഷെ ന്റെ കാവ്, അത് തിരിച്ചു തരാൻ കഴിയോ ങ്ങക്...? അലഞ്ഞു തിരിഞ്ഞു നടക്കണ ന്നെ കുടിയിരുത്താ ൻ കുറച്ച് മണ്ണ് അത് മതി. അതിന് പറ്റിയത് ഈ രാമന്റെ വീടാ... വ്രതം നോറ്റ് ന്റെ കോലം കെട്ടിയാടണ ന്റെ പുത്രന്റെ കീഴിൽ നിക്കൊരു ഇരിപ്പിടം പണിയണം. ഇവിടിരുന്ന് ഞാൻ നിങ്ങളെ കാക്കും. ഇവിടെ ഒരുപാട് മരങ്ങൾ നടണം... അവ വളരട്ടെ, കാലം കഴിയുമ്പോൾ വലിയൊരു കാവായി അത് മാറട്ടെ... ഇനി ഇടിച്ചു നിരത്താൻ നോക്കിയാൽ ഞാനൊരു പ്രളയമായി മാറി എല്ലാം നശിപ്പിക്കും...!"

ഇത്രയും പറഞ്ഞു കഴിഞ്ഞതും രാമൻ പണിക്കർ തളർന്നു വീണു. എല്ലാവരും അയാളെ കൈകൂപ്പി ഒന്ന് തൊഴുതു. ഭാര്യ അയാളുടെ ശരീരത്തിൽ വെള്ളം തളിച്ചപ്പോൾ അയാൾ ഉണർന്നു.

"എനിക്കെന്താ പറ്റിയേ? അയാൾ ചോദിച്ചു.

"പണിക്കരുടെ ദേഹത്ത് ഭഗോതി കയറി, ഇവിടെ കുടിയിരുത്തണ ത്രെ" അവിടെ കൂടിയിരുന്ന ഒരാൾ പറഞ്ഞു.

"നമ്മുടെ വൈരമല ഭഗോതിയുടെ സ്ഥാനം ഇവിടെ പണിയണം. ഇനിയാര് വന്നാലും വിട്ട് കൊടുക്കരുത്. ഏത് സർക്കാര് വന്നാലും. ഇത് നമ്മുടെ വിശ്വാസം മാത്രമല്ല. നമ്മക്ക് അമ്മ തന്ന അരുളപ്പാട്. ഈ നമ്മള് ജീവിക്കുന്ന ഈ ഭൂമി കാത്തുരക്ഷിക്കാനുള്ള അമ്മയുടെ വാക്കുകൾ നമ്മൾ കേൾക്കാതിരു ന്നൂടാ."

അന്ന് വൈരമലക്കുന്ന് ഇടിച്ചു നിരത്തി പണിത റോഡുകൾ കഴിഞ്ഞു പോയ ഒരു മഴക്കാലത്ത് പൊട്ടിപ്പൊളിഞ്ഞു. വർഷങ്ങൾക്ക് ശേഷം വൈരമല ക്കുന്ന് പുനർജനിക്കപ്പെട്ടു. ഇന്ന് കാവിൽ കളിയാട്ടമാണ്. കോലാധാരി രാമൻ പണിക്കരുടെ മകന്റെ മകൻ ഇന്ന് ഫോക് ലോര് സ്റ്റഡീസിൽ ഡോക്ടറേറ്റ് എടുത്ത നിരഞ്ജൻ, ഡോ: നിരഞ്ജൻ പണിക്കർ. സ്ഥിരമായ പ്രകൃതി അസ്ഥിരമാ യ മനുഷ്യനിലേക്കൊരു പരകായ പ്രവേശമെന്ന പോൽ. വൈരമല ഭഗവതിയു ടെ ഉറഞ്ഞാട്ടം ചായില്യത്തിന്റെ കടും ചുവപ്പിൽ ചെണ്ടയുടെ മേളക്കൊഴുപ്പിൽ. ഒരിക്കൽ നിലച്ചു പോയ ചിലമ്പാട്ടം തുടരുകയാണ്.

"പൈതങ്ങളേ... കൊണം* വരണേ..."

* കണ്ടം – വയൽ
* കൊണം – നന്മ, നല്ലത്

ശിവപ്രിയ മുരളി

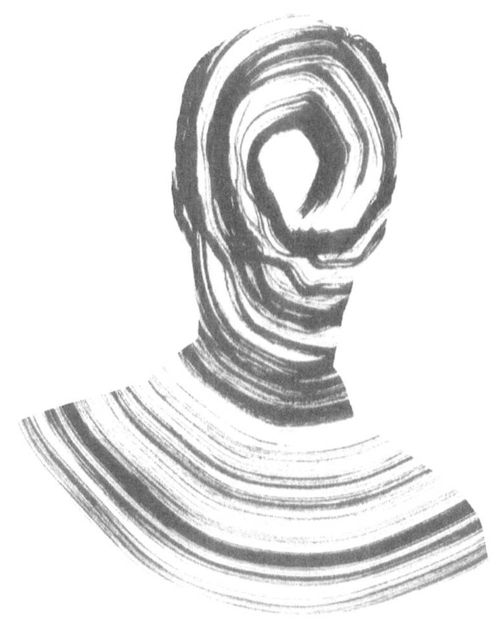

തനൂജ യൂനസ്

1982 ഒക്ടോബർ 27ന് എറണാകുളം ജില്ലയിൽ ജനനം. ബിരുദ
പഠനം പൂർത്തിയാക്കി. പിതാവ്: മുഹമ്മദ് ഹസ്സൻ.; മാതാവ്: റംലത്ത്
ഹസ്സൻ; ജീവിത പങ്കാളി: യൂനസ്.

ലെറ്റേഴ്സ്ബേയുടെ കഥാമുദ്ര എന്ന കഥാസമാഹാരത്തിൽ
"കാലത്തിന്റെ വിധി" എന്ന കഥ, കാഴ്ച കവിതാ സമാഹാരത്തിൽ
"നൊമ്പരക്കാഴ്ച" എന്ന കവിതയും, നീഹാരിക കവിതാ
സമാഹാരത്തിൽ "ഇരവിനെ പകലാക്കിയവൾ" എന്ന കവിതയും
കഥ 2023 എന്ന കഥാസമാഹാരത്തിൽ "ചാത്തച്ചോറ്" എന്ന
കഥയും പ്രസിദ്ധീകരിച്ചിട്ടുണ്ട്. ലെറ്റേഴ്സ്ബേയുടെ തന്നെ ഇംഗ്ലീഷ്
കവിതാ സമാഹാരമായ The Heralds-ൽ "The Tempting Hopes"
എന്ന കവിതയും പ്രസിദ്ധീകരിച്ചു. മറ്റ രചനകൾ "ലഹരി എന്ന
സർപ്പം (പനിക്കുണുകൾ, ത്രിസ, മഴത്തുള്ളി), പറഞ്ഞു പറഞ്ഞു
പറഞ്ഞ്(എച്ച് & സി ബുക്സ്), മരണമില്ലാത്ത ഓർമ്മകൾ
(മഷിത്തണ്ടുംമയിൽപ്പീലിയും, അക്ഷരദീപം)." കൂടാതെ
പ്രതിലിപിയിൽ കഥകളുംകവിതകളും ലേഖനങ്ങളും എഴുതി വരുന്നു.

ഫേസ്ബുക്ക്   : തനൂജ യൂനസ്
ഇൻസ്റ്റാഗ്രാം   : thanoojayounas 482
ഇ–മെയിൽ   : thanoojayounas482@gmail.com

ആസ്ഥാന ഭ്രാന്തൻ

"ഡാ അനക്ക് വേണെങ്കി ഇതെടുത്ത് തിന്ന്, നിക്ക് വേറെ പണിണ്ട്." നീട്ടിപ്പിടിച്ച പഴംപൊരിയുമായി മൊയ്തുക്ക അക്ഷമയോടെ നിന്നു.

"നിക്ക് വേണ്ട! നേന്ത്രക്കായിന്റെ മയ്യത്ത്, മൈദ കൊണ്ട് കഫൻ ചെയ്തത്."

എവിടെയോ വായിച്ചു മറന്നതിനെ ഓർത്തെടുത്ത് പറഞ്ഞു കൊണ്ട് 'ഭ്രാന്തനുണ്ണി' എന്ന കൃഷ്ണനുണ്ണി മൊയ്തുക്കയെ നോക്കി നിഷ്കളങ്കമായി ചിരിച്ചു. പിന്നെ അന്തരീക്ഷത്തിൽ എഴുതിക്കൂട്ടി കണക്കുമായി മത്സരിച്ചു കൊണ്ടിരുന്ന തന്റെ പണിയിലേക്ക് ശ്രദ്ധ തിരിച്ചു. അവനായിരുന്നു ആ ഗ്രാമത്തിലെ 'ആസ്ഥാന ഭ്രാന്തൻ!'

"എന്താ ഓൻ പറയണേ?" കടയിൽ ചായ കുടിക്കാൻ വന്ന മെമ്പർ ഗോവിന്ദൻ നായർ പരിഹാസം ഒളിപ്പിച്ച ചിരിയോടെ ഭ്രാന്തനുണ്ണിയേ നോക്കി. ഭ്രാന്തന്റെ തീക്ഷണമായ നോട്ടം ക്ഷണമാത്ര അയാളുടെ മുഖത്തു തങ്ങിനിന്നു, പെട്ടെന്നയാൾ പിടിവിട്ട മനസിന്റെ ഉള്ളിൽ നിന്നുയരുന്ന ചിരിയോടെ കൈകൾ ഉച്ചത്തിൽ കൊട്ടി.

"രാത്രി സഞ്ചാരം ഒഴിവാക്കിയില്ലെങ്കിൽ യക്ഷിപ്പാണ്ട് വരും, മൂളിപ്പൊറ്റകൾ ദേഹത്തെ ദേഹിയിൽ നിന്ന് കവർന്നെടുക്കും ഹ ഹ ഹ."

ആർത്തു ചിരിച്ചു കൊണ്ടവൻ നീങ്ങിയപ്പോൾ മുഖമടച്ചു അടി വീണത് പോലെ മെമ്പറുടെ മുഖം അപമാനത്താൽ കോടിപ്പോയി. എല്ലാ മുഖങ്ങളിലും പരിഹാസമാണെന്നയാൾ കണ്ടു. 'യക്ഷി' എന്ന് വിളിപ്പേരുള്ള ജമീലയുടെ വീട്ടിലെ സ്ഥിരം സന്ദർശകനാണയാൾ. ചാരായം വാറ്റ് മുറപോലെ നടക്കുന്ന ജമീലയുടെ വീട്ടിൽ ഒരിക്കലും ഒരു അന്വേഷണ ഉദ്യോഗസ്ഥനും കയറി നോക്കിയില്ല. ഒരുപാട് കുടുംബിനികളുടെ കണ്ണുനീരിൽ കെട്ടിപ്പടുത്ത അവരുടെ കച്ചവടം നിർബാധം തുടർന്നു. മെമ്പറുടെ എല്ലാ ഉപജാപങ്ങളുടെയും സിരാകേന്ദ്രം ആ വീടായിരുന്നു. ആണായി പിറന്ന ആരെക്കണ്ടാലും ചോരയൂറ്റുന്ന നോട്ടം നോക്കും അവർ, അങ്ങനെ കിട്ടിയ പേരാണ് 'യക്ഷി'.

ഭ്രാന്തനുണ്ണി രാത്രിയിൽ മനോഹരമായി പാടുന്നത് കേൾക്കാം. നഷ്ടപ്രണയം വിരിയുന്ന വരികൾ, പുഴയിലെ ഓളങ്ങൾക്കൊപ്പം നിലാവിന്റെ പ്രതിബിംബത്തിന് കൂട്ടായി ആ പാട്ട് കൂടി അലിഞ്ഞു ചേരും. പുഴയ്ക്കക്കരെ വെളിച്ചം മങ്ങിയ വീടുകളിൽ നേർത്ത സ്വരത്തിൽ ഒഴുകിയെത്തുന്ന പാട്ടും, ചിരിയും കരച്ചിലും എല്ലാം ചില ഹൃദയങ്ങൾ ഏറ്റുവാങ്ങിയപ്പോൾ ചിലർ ഉറക്കം ഭംഗം വന്ന ഈർഷ്യയിൽ ശാപവാക്കുകൾ ഉരുവിട്ടു. എന്നാൽ അയാളുടെ നോവറിയുന്ന കടലുണ്ടിപ്പുഴയുടെ തീരങ്ങൾ ആ പാട്ടിനൊപ്പം, ഭ്രാന്തന്റെ ഭ്രാന്തില്ലാത്ത കണ്ണുനീർ കൂടി ഏറ്റുവാങ്ങും. അവന്റെ രാവുകൾക്കെന്നും പകലിന്റെ ഉണർവ്വായിരുന്നു. പിന്നീടവൻ സീതയുടെ വീടിനു മുന്നിലെത്തും. 'ഭ്രാന്തനുണ്ണി' എന്ന കൃഷ്ണനുണ്ണിയെ ബാല്യം മുതൽ മനസ്സാ വരിച്ച സീത! അവൾ നൽകിയ കഞ്ഞിയിൽ സ്നേഹത്തിന്റെ ഉപ്പും, നഷ്ട പ്രണയത്തിന്റെ ചവർപ്പും തേടും. പക്ഷെ, ഒരിക്കൽ പോലും അയാളുടെ നോട്ടം സീതയുടെ മിഴികളുമായി കൊരുത്തില്ല.

"സീത രാമനുള്ളവൾ അല്ലേ, ഇതിഹാസം തിരുത്താൻ നമ്മള് കൂട്ട്യാ കൂടുല. വരും, സീതയുടെ രാമൻ വരും!"

താക്കീതിന്റെയും, നിസ്സഹായതയുടെയും കയ്പ്പ് നിറഞ്ഞ വാക്കുകൾ പുറത്തേക്ക് തുപ്പിക്കൊണ്ടയാൾ വലിഞ്ഞു നടക്കും, സീതയുടെ നിറമിഴികൾ കണ്ടില്ലെന്ന് നടിച്ച്.

പുഴയുടെ തീരത്തെ ഓർമകളുറങ്ങുന്ന കൊച്ചുവീടിന്റെ ഇറയത്തയാ ൾ ചാഞ്ഞിരിക്കും. ആ നേരത്ത് ഓർമകൾ അയാളുടെ ഭ്രാന്തൻ ചിന്തകളിലേ ക്ക് നുഴഞ്ഞെത്തും. ദുർഗന്ധം വമിക്കുന്ന ആ ഓർമകളെ കഞ്ഞിയോടൊപ്പം ഛർദിച്ചു കളയാൻ നോക്കും. പിന്നെ മുഷിഞ്ഞു പഴകിയ തന്റെ പിഞ്ചി തുടങ്ങിയ ഒറ്റമുണ്ടിലേക്കയാളുടെ നോട്ടമെത്തും. ആ നേരത്ത് ഭ്രാന്തനുണ്ണിക്ക് നാറാണത്ത് ഭ്രാന്തനെ ഓർമ വരും. ഭ്രാന്തിനെ ആധ്യാത്മികഭാവത്തോടെ കൊണ്ട് നടന്നവൻ, ജീവിതത്തിന്റെ നിരർത്ഥകതയെ ചോദ്യം ചെയ്തവൻ. അത്പോലെ ബോധത്തിന്റെയും, അബോധത്തിന്റെയും നൂൽപ്പാലത്തിലൂടെ സഞ്ചരിക്കാൻ അവനിഷ്ടപ്പെട്ടു.

കൃഷ്ണനുണ്ണിയുടെ അച്ഛൻ വാസവൻ, മെമ്പറുടെ സന്തതസഹചാരി. അയാൾക്ക് വേണ്ടി കൊല്ലാനും, ചാവാനും മടിയില്ലാത്തവൻ. വാസവൻ ഭാര്യയെ ചവിട്ടിക്കൊന്നതാണെന്നും, അതല്ല മെമ്പറുടെ പരാക്രമങ്ങൾക്കിരയാ യി ജീവൻ നഷ്ടമായ അവരുടെ മരണത്തിന്റെ ഉത്തരവാദിത്തം സ്വന്തം തലയിൽ അയാൾ ചുമന്നതാണെന്നും നാട്ടുകാർക്കിടയിൽ സംസാരമുണ്ട്. അമ്മയോടുള്ള അയാളുടെ ദയവില്ലാത്ത സമീപനം കണ്ടു വളർന്ന കൃഷ്ണനു ണ്ണിക്ക് ചെറുപ്പം മുതൽ വാസവനെ ഭയമായിരുന്നു. വളർന്നപ്പോഴും ഭയം യഥേഷ്ടം അവനിൽ വേരൂന്നി. അച്ഛന്റെ നിഴൽ വെട്ടം കാണുമ്പോളെ പേടി ഒരു തേരട്ട പോലെ ഇഴഞ്ഞു കയറി തന്നെ കീഴ്പ്പെടുത്തുന്നത് അവനറിയുന്നുണ്ടാ യിരുന്നു. ആ പേടിയെ മറികടക്കാൻ കൃഷ്ണന് ഭ്രാന്തിനെ കൂട്ട് പിടിക്കേണ്ടി വന്നു.

തന്റെ കൗമാരത്തിലെപ്പോഴോ കടലുണ്ടി പുഴയുടെ ഓളങ്ങൾ വാസവന്റെ നിശ്വാസങ്ങളെ കവർന്നെടുക്കുമ്പോൾ കൃഷ്ണനുണ്ണി മനസറിഞ്ഞു ചിരിച്ചു, ചിരിയോടൊപ്പം വലംകാൽ അയാളുടെ കഴുത്തിൽ ആഴത്തിൽ പതിഞ്ഞു. കുമിളകളുടെ അകമ്പടിയോടെ അയാളുടെ ദേഹം പതിയെ വെള്ളത്തിലാഴ്ന്നു. ഭ്രാന്തനുണ്ണിക്ക് മരണ വെപ്രാളത്തിൽ പിടയുന്ന അമ്മയെ ഓർമ വന്നു, അത് നോക്കി വിറങ്ങലിച്ചു നിന്ന ഒരു പിഞ്ചു ബാലന്റെ നിസ്സഹായാവസ്ഥ അന്നത്തെ പോലെ അവൻ തൊട്ടറിഞ്ഞു. ആ ഓർമകളുടെ മൂർദ്ധന്യത്തിൽ അയാളൊന്ന് അലറിവിളിച്ചു. ഉന്മാദത്തിന്റെ ആത്മാവ് തൊട്ടപോലെ, നിരാലംബയായ ഒരാത്മാവിന് നൽകിയ ഉദകക്രിയ പോലെ!

കൃഷ്ണനുണ്ണി സ്വന്തം ഹൃദയത്തിന്റെ തടവറയുടെ കാവൽക്കാരനായിരുന്നു. ഒരു മനുഷ്യായുസ്സിന് സാധ്യമായ എല്ലാ വികാരങ്ങളെയും അയാൾ ഭ്രാന്തെന്ന താക്കോലിട്ട് ഹൃദയത്തിൽ പൂട്ടിവെച്ചു. എല്ലാമറിയുന്നുണ്ടായിരുന്നെങ്കിലും കൂനിക്കൂടിയിരിക്കുന്ന അയാളുടെ ഹൃദയം അതൊന്നും കണ്ടില്ലെന്ന് നടിച്ചു. വാറ്റുചാരായം മണക്കുന്ന ജമീലയുടെ വീട്ടിലെ കുടുസുമുറിയിൽ ലഹരിക്കൊപ്പം ഉപജാപങ്ങൾ പിറന്നതും, അതിന്റെ അഗ്നിയിൽ സീത മെമ്പറുടെ കാൽക്കീഴിൽ ഞെരിഞ്ഞമർന്നതും അയാൾ നിസ്സംഗനായി നോക്കിനിന്നു. ചിലയിടങ്ങളിൽ ജീവിതം അങ്ങനെയാണ്. വെച്ച് നീട്ടി കൊതിപ്പിക്കും അതിന്റെ തേരോട്ടം കഴിയുമ്പോൾ എന്തുവേണമെന്നറിയാത്ത നിശ്ചലതയിൽ പ്രജ്ഞ പോലും മരവിക്കും, ആ മരവിപ്പിൽ തന്നെ ചിലർ ജീവിച്ചു മരിക്കും. എന്നാൽ കൃഷ്ണനുണ്ണി മരിച്ചു ജീവിക്കുകയായിരുന്നു. അയാളുടെ തൊണ്ടക്കുഴിയിൽ പ്രകമ്പനം കൊണ്ട ഗദ്ഗദം പോലും പുറത്തേക്ക് വരാതെ കവിളെല്ലിനെ നോവിച്ചു കൊണ്ടിരുന്നു.

"കൊല്ലും ഞാനവനെ!"

ഇടയ്ക്കിടെ ഭ്രാന്തിന്റെ മൂടുപടമിട്ട് അവൻ തന്റെയുള്ളിലെ ഈർഷ്യയെ പുറന്തള്ളിക്കൊണ്ടിരുന്നു. അവനെ അറിയുന്നവർ മെമ്പറെയാണവൻ ഉദ്ദേശിക്കുന്നത് എന്ന് കൃത്യമായി മനസ്സിലാക്കിയിട്ടും ഭ്രാന്ത് എന്നു പറഞ്ഞ് ചിരിച്ചു തള്ളി. ചില പ്രതികാരങ്ങൾ ചില ജീവിതങ്ങൾക്കൊപ്പം തീർന്നുപോകും, അവിടെ മനുഷ്യന് ഒന്നും ചെയ്യാനില്ലെന്നുള്ളുതാണ് വാസ്തവം. പണവും, അധികാരവും കൈമുതലാക്കിയവർക്ക് ചിലപ്പോഴെങ്കിലും ഒന്നും നഷ്ടപ്പെടുന്നില്ല. എല്ലാ ആഡംബരത്തോട് കൂടിയും അവർ ജീവിച്ചു മരിക്കുന്നു.

സീത നൽകിയ കഞ്ഞിയിൽ പിന്നീടൊരിക്കലും അയാൾ പ്രണയത്തിന്റെ രുചിയറിഞ്ഞില്ല. സീതയുടെ നിറമിഴികൾ ഒരിക്കലും ഇടറി നടക്കുന്ന അയാളുടെ ചുവടുകളെ പിന്തുടർന്നില്ല. അയാളുടെ ഏറ്റവും വലിയ ദൗർബല്യം അമിത വൃത്തിയായിരുന്നു. രണ്ടാമതൊന്ന് കൂടി വൃത്തിയാക്കി ഉറപ്പ് വരുത്തുക എന്നത് അയാളുടെ ബലഹീനതയായിത്തീർന്നിരുന്നു. കാലങ്ങൾക്കിപ്പുറം ഭ്രാന്തിനാൽ പൊതിഞ്ഞ അയാളുടെ ബോധം പ്രവർത്തികളെ വൃത്തിഹീനമാക്കിയപ്പോൾ വൃത്തി മൂലം ചായക്കടയിലെ ഭക്ഷണത്തോട് വിമുക്തി കാട്ടിയ അയാൾക്കായി ആ ഇടങ്ങളിൽ സ്വന്തമായി പാത്രവും, ഗ്ലാസും

സൃഷ്ടിക്കപ്പെട്ടു. ചിലയിടങ്ങളിൽ അയാൾ പാടെ അവഗണിക്കപ്പെട്ടു. ഉന്മാദം സുഖകരമായ ഒരു അവസ്ഥയാണെന്ന് എഴുതിവെക്കപ്പെടുമ്പോഴും, ഒരാളെ ഒന്നുമല്ലാതാക്കിതീർക്കുന്ന മനസ്സിന്റെ ഭീകരമായ പ്രതിഫലനമാണ് അതെന്ന് ഉപബോധ മനസ്സിൽ ചിലപ്പോഴെങ്കിലും അയാൾ തിരിച്ചറിഞ്ഞു. അപ്പോഴും കനിവ് വറ്റാത്ത ഹൃദയമുള്ള മൊയ്തുക്ക അവന് നേരെ പലഹാരങ്ങൾ നീട്ടി, ഒരു ചങ്ങല കിലുക്കത്തിന്റെ ഓർമ അപ്പോഴൊക്കെയും അയാളെ ശ്വാസം മുട്ടിച്ചു. അകാലത്തിൽ പൊലിഞ്ഞ സ്വന്തം മകനെ അയാൾ ഭ്രാന്തനുണ്ണിയിൽ ദർശിച്ചു. അല്ലെങ്കിലും അതങ്ങനെയാണ്, പ്രിയപ്പെട്ട നഷ്ടത്തെ ഓർത്ത് വേവുന്ന മനസ്സ് അന്യരിൽ അത് കണ്ടെത്താൻ ശ്രമിച്ചുകൊണ്ടേയിരിക്കും.

ഒരു പുലർച്ചയിൽ പുഴയുടെ തീരത്ത് ഭ്രാന്തനുണ്ണി മരവിച്ചു കിടന്നു. അയാളുടെ ശരീരത്തിൽ നിശ്വാസം അന്യമായി. ആളുകൾ ഒരു വിശേഷം പോലെ ഭ്രാന്തനുണ്ണിയുടെ മരണത്തെ അന്ന് മുഴുവൻ പറഞ്ഞു നടന്നു, അവന്റെ പാട്ടിനെ പ്രകീർത്തിച്ചു. അതിനിടയിൽ മെമ്പറുടെ ചുണ്ടിൽ വിരിഞ്ഞ ഗൂഢസ്മിതം ആരും അറിയാതെ പോയി.

"നൊസ്സാണെങ്കിലും ഓന്റെ പാട്ട്, അത് പറയാതിരിക്കാൻ പറ്റൂല. അതിനി കേക്കുല്ലോ ന്ന് ഓർക്കുമ്പോ ആണ് നിക്ക്."

"എന്തേലും തിന്നാൻ വാങ്ങി കൊടുത്ത ഓൻ പാടിത്തരും ഇന്ക്ക്, നല്ല പഹയനായിരുന്നു."

മൊയ്തുക്കാടെ കടയിലെ സ്ഥിരം സന്ദർശകരിലൊരാൾ സ്വരത്തിൽ ദുഃഖം കലർത്തി പറയുമ്പോൾ വേറെ പലതിനും അവൻ തന്റെ മുമ്പിൽ വെളിച്ചപ്പെടുത്തത് അയാൾ മനസ്സിന്റെ ഇരുണ്ട കോണിൽ മറ്റു പലതിനുമൊപ്പം ഭദ്രമായി ഒതുക്കിവെച്ചു. ചൂഷണം ചെയ്യപ്പെടലിന്റെ അങ്ങേയറ്റത്ത് നിന്നും ഭ്രാന്തനുണ്ണിക്ക് നിത്യ മോചനം ലഭിച്ചു. മെമ്പറുടെ മേൽനോട്ടത്തിൽ അവന്റെ ശവസംസ്കാരം കഴിയുമ്പോൾ ആളുകൾ ഒരു പൊട്ടിച്ചിരിയിലേക്ക് മുഖം തിരിച്ചു. അഴിഞ്ഞുലഞ്ഞ മുടിയും, സ്ഥാനം തെറ്റിയ വസ്ത്രങ്ങളുമായി സീത മൊയ്തുക്കയുടെ മുമ്പിൽ പലഹാരത്തിനു വേണ്ടി കൈനീട്ടി.

"താ, നേന്ത്രക്കായിന്റെ മയ്യത്ത് നിക്ക് തന്നോ, ഞാന്തിന്നോളാ!"

ചൂഷണത്തിന്റെ കൂടുതൽ സാധ്യതകളുമായി അവൾ ആസ്ഥാന ഭ്രാന്തിന്റെ വിശേഷണ പട്ടത്തിലേക്ക് നടന്നു കയറി. ഒരുപാട് കണ്ണുകൾ അവളുടെ ശരീരത്തെ കൊത്തിവലിച്ചു, അതൊന്നുമറിയാതെ നിഷ്കളങ്കമായി ചിരിച്ചുകൊണ്ടവൾ മൊയ്തുക്കെയെ നോക്കിനിന്നു.

മനസ്സിന്റെ പ്രവാസമാണ് ഭ്രാന്ത്, മടങ്ങാൻ ആഗ്രഹിക്കുമ്പോളും അവിടെ കുടുങ്ങി കിടക്കാൻ പ്രേരിപ്പിക്കുന്ന ഓർമകളുടെ ബാധ്യതകൾ ഉൾക്കൊള്ളുന്ന തീക്ഷ്ണമായ പ്രവാസം.

തന്നൂജ യൂനസ്

ആലേഖ്യ

അശ്വതി അനുരാജ്

1995 നവംബർ 6ന് തിരുവനന്തപുരം ജില്ലയിൽ ജനനം. MSW
പഠനം പൂർത്തിയാക്കി.
പിതാവ്: ബി.സുധാകരൻ നായർ; മാതാവ്: ടി. സതീദേവി;
ജീവിത പങ്കാളി: അനുരാജ് U K

പ്രസിദ്ധീകരിച്ച രചന : കഥ (പ്രയാണം)

ഫേസ്ബുക്ക്   : Aswathy Anuraj
ഇ-മെയിൽ   : aswathyplavara123@gmail.com

പ്രയാണം

✤

മെയിൻ റോഡിൽനിന്നും സ്കൂട്ടർ വീട്ടിലേക്കുള്ള ഇടവഴിയിലേക്ക് തിരിഞ്ഞതേയുള്ളൂ മുന്നേപോയ മിനിലോറിയുടെ വിക്യതിയെന്നോണം റോഡിലെ പൊടിപടലങ്ങൾ മുന്നോട്ടുള്ള വഴിയെ ഒരൽപ്പനേരത്തേക്ക് കണ്ണിൽ നിന്നും മറച്ചുപിടിച്ചു. പൊടിയൊന്നടങ്ങിയതും വഴി വീണ്ടും മുന്നിൽ വ്യക്തമാ യി. തന്റെയും കുടുംബത്തിന്റെയും മുന്നോട്ടുള്ള ജീവിതം കൂടി ഇതുപോലെ മറനീക്കി ഒന്നു വ്യക്തമായെങ്കിലെന്നു ആ ചുരുങ്ങിയ നിമിഷത്തിനിടയിലും ജീവൻ ആശിച്ചു.

വഴിയോരത്തു പരിചിതരുടെയും അയൽപക്കകാരുടെയും പരിഹാസ വും പുച്ഛവും നിറഞ്ഞ സംസാരവും നോട്ടവുമൊക്കെ വണ്ടിയോടിക്കുന്നതിനിട യിലും അയാൾ അറിയുന്നുണ്ടായിരുന്നു. പണം തിരിച്ചു നൽകാനുള്ളവർ വീട്ടിൽവന്നു ബഹളം വയ്ക്കുക പതിവായതിൽപ്പിന്നെ ഇത്തരം നോട്ടങ്ങളും അടക്കിപിടിച്ച വർത്തമാനങ്ങളുമൊക്കെ തന്നെ കാണുമ്പോൾ പതിവായിരി ക്കുന്നു. അപമാനഭാരം കാരണം തല കുനിഞ്ഞു പോകുന്നു.

വീടെത്തി വണ്ടിയെയതുക്കി ഇറങ്ങിയപ്പോൾ തന്നെ കണ്ടു, ഉമ്മറത്ത് ആധിയോടെ തന്നെയും പ്രതീക്ഷിച്ചു നിൽക്കുന്ന ഭാര്യ കമലയെ.

"ജീവേട്ടാ.. എന്തായി പണം ശരിയായോ?"

പ്രതീക്ഷ നിറഞ്ഞ അവളുടെ ചോദ്യത്തിന് നിരാശയോടെ തലയാട്ടി മറുപടി കൊടുത്തു. തന്റെ കൈത്തണ്ടയിലമർന്ന വിരലുകളുടെ മുറുക്കത്തിൽ നിന്ന് മനസിലാക്കാം അവളുടെ മനസ്സിലെ സംഘർഷം.

"നീ വിഷമിക്കണ്ട കമല, എല്ലാത്തിനും ഞാനൊരു പരിഹാരം കണ്ടെത്തിയിട്ടുണ്ട്. മക്കളെന്തിയെ....?"

മുഖത്ത് വരാത്ത പുഞ്ചിരി കഷ്ടപ്പെട്ട് വരുത്തി ചോദിച്ചപ്പോഴേക്കും നാവും തൊണ്ടയും വല്ലാതെ കിഴയ്ക്കുന്നുണ്ടായിരുന്നു.

ഉമ്മറത്തെ ഞങ്ങളുടെ സംസാരം കേട്ടുകൊണ്ടായിരിക്കണം മക്കൾ രണ്ടുപേരും അരികിലേക്ക് ഓടിയെത്തിയത്. ജാനുവും പാറുവും! പതിവു പോലെ മിഠായിക്കുവേണ്ടി ഇളയവൾ പാറു എന്റെ ബാഗിൽ കൈയിട്ടു പരതാൻ തുടങ്ങിയതും ശക്തിയോടെ കുഞ്ഞിന്റെ കൈ തട്ടിമറ്റി ബാഗിനെ നെഞ്ചോടടക്കി പിടിച്ചു. മിഠായി കിട്ടാത്തതിന്റെ പരിഭവമാണോ കൈയിലെ വേദനയാണോ കാരണമെന്നറിയില്ല കണ്ണൊക്കെ നിറച്ചു കരയാൻ തുടങ്ങുന്നുണ്ട് പാറു. ബാഗിൽ നിന്നും ഒരു മിഠായിയെടുത്ത് അവളുടെ കൈയിലേക്ക് വച്ച് കവിളത്തൊരു ഉമ്മ കൂടി കൊടുത്തപ്പോൾ ആ ആറുവയസ്സുകാരിയുടെ പരിഭവമെങ്ങോട്ടോ പറന്നുപോയി. എന്നും കുട്ടിയായിരുന്നാൽ മതിയായിരുന്നെന്ന് ഈ ഒരു നിമിഷം തോന്നിപോകുന്നു. ഉത്തരവാദിത്തങ്ങളില്ലാതെ, വിഷമങ്ങൾ അറിയാതെ ഒരു അപ്പൂപ്പൻതാടി പോലെ പാറിപ്പറന്നു രസിക്കുന്ന കാലം. കുട്ടിയായിരിക്കുമ്പോൾ ആരായിത്തീരണമെന്ന് എന്നോട് ചോദിച്ചാൽ വലിയ അഭിമാനത്തോടെ ഞാൻ പറയുമായിരുന്നു.

"എനിക്ക് വലിയ വീട്ടിലെ സണ്ണി സായിപ്പിനെപ്പോലെ വലിയ പണക്കാരൻ ആവണമെന്ന്."

ആക്കാലത്തു ഞങ്ങളുടെ നാട്ടിലെ അറിയപ്പെടുന്ന പണക്കാരനായി രുന്നു വലിയ വീട്ടിൽ സണ്ണി. വിദേശത്തിലെ ബിസിനസ്സും ആഡംബരത്തോട് കൂടിയ അയാളുടെയും കുടുംബത്തിന്റെയും ജീവിതം കണ്ട് നാട്ടുകാർ അയാൾക്ക് നൽകിയ പേരായിരുന്നു സണ്ണി സായിപ്പ്. സായിപ്പിന്റെ മണിമാളിക യ്ക്കുമുന്നിലൂടെ പോകുമ്പോഴെല്ലാം എന്റെ ജീവിതവും ഇതുപോലെയായിരിക്ക ണമെന്ന് മനസിനെ പറഞ്ഞ് ചട്ടംകെട്ടുമായിരുന്നു അന്ന്. ഒടുവിൽ വർഷങ്ങൾ ക്കു ശേഷം കൂട്ടുകച്ചവടത്തിൽ സർവ്വസ്വത്തും നഷ്ടപ്പെട്ട സായിപ്പ് കടംകയറി പാപ്പരായി. പ്രതാപകാലത്തു ആരാധനയോടെ അദ്ദേഹത്തെ നോക്കിയിരുന്ന പലരും ഒളിഞ്ഞും തെളിഞ്ഞും പുച്ഛിക്കാനും പാപ്പർ സായിപ്പെന്നു വിളിച്ച് കളിയാക്കുകയും ചെയ്തിരുന്നു. അപമാനഭാരത്താൽ വലിയ വീട്ടിലെ സണ്ണി സായിപ്പ് ഫാനിൽ കെട്ടിയ ഒരു മുഴം കയറിൽ ജീവിതമവസാനിപ്പിച്ചെന്ന വാർത്തയ്ക്ക് അന്നത്തെ ചോരത്തിളപ്പുള്ള പതിനെട്ടുകാരനായ ഞാൻ വലിയ പ്രാധാന്യമൊന്നും കൊടുത്തില്ലെന്ന് മാത്രമല്ല കുട്ടിക്കാലത്തെ ആരാധനാപാത്ര മായിരുന്നു അയാളെന്നുപോലും വിസ്മരിച്ചു പോയി. പതിനെട്ടുകാരൻ ഇന്ന് ചോരത്തിളപ്പില്ലാത്ത നാല്പത്തിഎട്ടുകാരനായിരിക്കുന്നു. സണ്ണി സായിപ്പിന്റെ മുഖം ഒരിക്കൽക്കൂടി മനസ്സിൽ തെളിഞ്ഞപ്പോൾ ശ്വാസം വിലങ്ങുന്നതുപോലെ.

"അച്ഛാ...."

മൂത്തവൾ ജാനിയുടെ വിളിയാണ് ഓർമകളിൽനിന്ന് തിരികെ കൊണ്ടുവന്നത്, നോക്കിയപ്പോൾ അവളുടെ പങ്ക് മിഠായിക്കു വേണ്ടി കൈ നീട്ടി പിടിച്ചു നിൽക്കുന്നുണ്ട്. മുഖത്ത് എപ്പോഴും പുഞ്ചിരിയാണ് അവൾക്ക് പതിനഞ്ച് വയസിൽ കവിഞ്ഞ പക്വത ജാനിക്കുണ്ടെന്നു പലപ്പോഴും തനിക്ക് തോന്നിയിട്ടുണ്ട്. അവൾക്കുള്ള പങ്ക് മിഠായിയും നൽകി മുറിയിലേക്ക് നടക്കാൻ തിരിഞ്ഞപ്പോഴായിരുന്നു ജാനിയുടെ ചോദ്യം വന്നത്.

"അച്ഛൻ ഓക്കേ അല്ലേ? എന്തെങ്കിലും വിഷമമുണ്ടോ?"

"അച്ഛനു പ്രശ്നമൊന്നുമില്ല മോളെ. നീ പോയിരുന്ന് പഠിക്കാൻ നോക്ക്"

ഇത്രയും പറഞ്ഞൊപ്പിക്കാൻ നോക്കുമ്പോഴും ശബ്ദം ഇടറാതിരിക്കാ ൻ ശ്രദ്ധിച്ചു പരാജയപ്പെട്ടുപോയി അയാൾ. സ്റ്റെപ്പുകൾ കയറി മുകളിലെ നിലയിലെത്തിയപ്പോഴേക്കും ജീവൻ വല്ലാതെ കിതച്ചുപോയിരുന്നു. ക്ഷീണം തോന്നുന്നുണ്ട്. പക്ഷേ, വരാൻ പോകുന്ന നിർണായക നിമിഷങ്ങൾ ക്ഷീണമെ ന്ന വികാരത്തെ അപരിചിതനെപ്പോലെ കാണാൻ മനസ്സിനെ പഠിപ്പിക്കുന്നു. നെഞ്ചോട് അടക്കിപിടിച്ചിരുന്ന ബാഗിൽ നിന്ന് വിഷക്കുപ്പി പുറത്തെടുക്കുമ്പോ ൾ കൈകൾ വിറയ്ക്കുന്നുണ്ടായിരുന്നു.

പ്രതീക്ഷയുടെയും സ്വപ്നങ്ങളുടെയും സ്വർണത്തേരിലായിരുന്നു ജീവിതയാത്ര ആരംഭിച്ചത്. പ്രതീക്ഷിച്ച പോലെ ജീവിതം എളുപ്പമല്ലെന്ന് ചുരുങ്ങിയ കാലം കൊണ്ടുതന്നെ മനസ്സിലായി. സ്വന്തമായി വരുമാനം കണ്ടെത്തിയത് തന്നെ വലിയൊരു കടമ്പയായിരുന്നു. അനേകം പി എസ് സി പരീക്ഷകൾ എഴുതി ഒടുവിലൊരു ലാസ്റ്റ് ഗ്രേഡ് തസ്തികയിൽ കയറിപ്പറ്റി. പേരിനു വലിയ തറവാട്ടുകാരനായിരുന്നെങ്കിലും കാര്യത്തിലൊന്നുമില്ലായിരു ന്നു. സർക്കാർ ജോലിയുള്ളതു കൊണ്ട് പെണ്ണുകിട്ടാൻ മാത്രം വലിയ ബുദ്ധിമുട്ടൊന്നുമുണ്ടായില്ല. കമലയുടെ കടന്നുവരവ് ജീവിതത്തിന് കൂടുതൽ നിറങ്ങൾ ചാലിച്ചു. ആൺകുഞ്ഞിനെ മോഹിച്ച എനിക്കു രണ്ടുപ്രാവിശ്യവും പെൺ കുഞ്ഞുങ്ങളെ കിട്ടിയപ്പോൾ പരിഭവം തോന്നാതിരുന്നില്ല. കമല അപ്പോഴും സന്തോഷവതിയായിരുന്നു. കുഞ്ഞുങ്ങളുടെ കൊഞ്ചലിലും കളികളിലും ആദ്യം തോന്നിയ പരിഭവം മാഞ്ഞു പോയെങ്കിലും

"ജീവന് രണ്ടു പെണ്മക്കളല്ലേ? ഒരു പ്യൂണിന്റെ വരുമാനം കൊണ്ട് നിങ്ങൾ എങ്ങനെ കഴിഞ്ഞു പോകുന്നു?"

തന്റെ പെണ്മക്കളെയോർത്തു തന്നെക്കാൾ ആധിപ്പിടിക്കുന്ന നാട്ടുകാരുടെയും ബന്ധുക്കളുടെയും ഇത്തരം ചോദ്യങ്ങൾ അവരുടെ അച്ഛനായ എന്നിലെ ഭയവും സമ്മർദ്ദവും നാൾക്ക് നാൾ കൂടിയതേയുള്ളൂ.

മുടക്കുന്ന തുകയെല്ലാം ഇരട്ടിയാക്കി തിരികെ നൽകാം. പങ്കാളിയായി നീ കൂടെ നിന്നാൽ മതിയെന്ന അടുത്ത കൂട്ടുകാരന്റെ ഉറപ്പിലായിരുന്നു കാരണവന്മാർ തന്ന സ്വത്തും കമലയുടെ സ്വർണവുമെല്ലാം വിറ്റും പോരാത്ത തിന് ബാക്കി തുക കടംവാങ്ങിയും കൂട്ടുകച്ചവടത്തിൽ പങ്കുചേർന്നത്. മക്കളുടെ സുരക്ഷിതമായ ഭാവിയും ഒപ്പംതന്നെ സമ്പന്നനായി ജീവിക്കണമെന്ന മോഹം കൂടിയായിരുന്നു ഈ സാഹസത്തിനു പിന്നിൽ. തനിക്ക് ജോലിയുള്ളതി നാൽ കമലയുടെ പേരിലായിരുന്നു ബിസിനസ് രേഖകളെല്ലാം. തുടക്കം മുതൽ തന്നെ കാര്യമായ നേട്ടങ്ങളൊന്നും തനിക്ക് ബിസിനസ്സിൽ നേടാനായില്ല. ഇതിനിടയിൽ കച്ചവടതന്ത്രങ്ങളറിയാത്ത തന്നെ പലരും നല്ലരീതിയിൽ മുതലാക്കി. അൽപ്പസ്വൽപ്പം കിട്ടിയ ലാഭവുമായി കൂട്ടുകാരന്റെ നാടുവിടൽക്കൂടി ആയപ്പോൾ എല്ലാം പൂർത്തിയായി. കടവും കടത്തിന്മേൽ കടവുമായി ഞാൻ

നട്ടംതിരിയുന്നു. പണം തിരികെ ചോദിച്ച് കടം വാങ്ങിയവർ വീട്ടിൽ വന്നു ബഹളം വച്ചുതുടങ്ങിയപ്പോൾ നാട്ടുകാരും വിവരങ്ങൾ അറിഞ്ഞു തുടങ്ങി. ഇനി പറയാൻ മുന്നിൽ അവധികളില്ല.

ഇപ്പോൾ താമസിക്കുന്ന ഈ വീടു വിറ്റാൽ അത്യാവിശം കടം വീടുവാനുള്ള പണം തികയുമായിരിക്കും. പക്ഷേ, കേറിക്കിടക്കാൻ മറ്റൊരിടമി ല്ലാതെ കമലയെയും കുട്ടികളെയും കൊണ്ട് അലയേണ്ടി വരുന്ന അവസ്ഥ ചിന്തിക്കാൻകൂടി വയ്യ. എല്ലാത്തിലും മേല തറവാട്ടു മഹിമയും പെരുമയും വിട്ട് അപമാനിതനായി നിരത്തിലേക്ക് ഇറങ്ങേണ്ട അവസ്ഥ മരണത്തെക്കാൾ ഭീകരമാണ്.

എന്തോ അനക്കം കേട്ട് തിരിഞ്ഞു നോക്കുമ്പോൾ കമലയാണ്. എന്റെ മുഖത്തേക്കും കൈയ്യിലിരിക്കുന്ന വിഷക്കുപ്പിയിലേക്കും പകച്ചു നോക്കുന്നുണ്ട് പാവം.

"അപ്പൊ എല്ലാം തീരുമാനിച്ചു അല്ലേ ജീവേട്ടാ? ഇതാണോ നിങ്ങൾ കണ്ടെത്തിയ നമ്മുടെ പ്രശ്നങ്ങൾക്കുള്ള പരിഹാരം?" കരഞ്ഞുകൊണ്ട് ചോദിക്കുന്ന അവളെ സമാധാനിപ്പിക്കാൻ വാക്കുകൾ ഇല്ല എനിക്ക്. തന്റെ അവസ്ഥയിൽ ഏറ്റവും കൂടുതൽ നീറുന്നത് ഇവൾക്കാണ്. വർഷങ്ങളായി ജീവന്റെ തീരുമാനങ്ങൾ ആയിരുന്നു കമലയുടേതും, അല്ലെങ്കിൽ അയാൾ അങ്ങനെ ആക്കിത്തീർത്തു. പെട്ടന്ന് ധനികനാകാനുള്ള തന്റെ മോഹങ്ങളെ അവൾ ആദ്യം മുതലേ എതിർത്തിരുന്നു. മക്കളുടെ സുന്ദരവും സുരക്ഷിതവു മായ ഭാവിയെപ്പറ്റിയും അവർക്കു ലഭിക്കാൻ പോകുന്ന ജീവിത സൗകര്യങ്ങളെ പറ്റിയുമൊക്കെ വാചാലനായി കമലയുടെ വായ മൂടികെട്ടുകയായിരുന്നു പലപ്പോഴും.

"പോകുമ്പോൾ എല്ലാർക്കും ഒരുമിച്ചു പോകാം ജീവേട്ടാ, ആരും ആരെയും എവിടെയും തനിച്ചാക്കേണ്ട. ജീവിക്കാൻ ഇനിയും കൊതിയുണ്ട് നിങ്ങളും നമ്മുടെ മക്കളും. ഒരുപാട് സ്വപ്നം കണ്ടതാ. പക്ഷേ..? കരച്ചിൽ ചീളുകൾ അവളുടെ വാക്കുകളെ വിഴുങ്ങിക്കൊണ്ടിരുന്നു.

"പോവാം എല്ലാർക്കും ഒരുമിച്ചുതന്നെ പോകാം" എല്ലാം തീരുമാനിച്ചു റപ്പിച്ച പോലെ മറുപടി പറയുമ്പോൾ അവളുടെയും എന്റെയും കണ്ണുകൾ ഒരുപോലെ പെയ്യുകയായിരുന്നു.

രാത്രി എല്ലാവരും ഒരുമിച്ചിരുന്നു അത്താഴം കഴിക്കുന്നത് പതിവുള്ളതാണ്. സ്കൂളിലെ വിശേഷങ്ങളും തമാശകളുമായി ഭക്ഷണം കഴിച്ചു കഴിയുമ്പോഴേക്കും നാലുപേരുടെയും വയറും മനസും ഒരുപോലെ നിറയുമായി രുന്നു. പക്ഷേ, ദിവസങ്ങളായി പേരിനൊരു ചടങ്ങുമാത്രമായി അത്താഴം കഴിക്കുമ്പോഴുള്ള ഈ കൂടിച്ചേരൽ. അച്ഛനും അമ്മയും വേറെ ലോകത്താണ് പലപ്പോഴും. കളികളില്ല ചിരിയില്ല, ആകെമൊത്തം ഒരു വല്ലായ്മ.

അത്താഴം കഴിക്കാനായി ടേബിളിൽ ഇരുന്നപ്പോൾ ജാനി ഓർക്കുക

യായിരുന്നു വീട്ടിലെ മാറിവരുന്ന സാഹചര്യങ്ങളെ. വീട്ടിലെന്തൊക്കയോ നല്ലതല്ലാത്ത സംഭവങ്ങൾ നടക്കുന്നുണ്ടെന്നു മനസ്സിലാകുന്നുണ്ട്. പക്ഷേ, ഒന്നും വിശദമായി അറിയാൻ കഴിയുന്നില്ല, അല്ലെങ്കിലും അച്ഛനും അമ്മയും സങ്കടങ്ങ ൾ ഞങ്ങളോട് മറച്ചുവയ്ക്കുകയാണ് പതിവ്. ഒരുപാട് നാളുകൾക്കു ശേഷം അച്ഛൻ ഞങ്ങൾക്ക് ചോറ് വാരിത്തന്നു.

"ഇന്ന് നമുക്കെല്ലാവർക്കും ഒരുമിച്ച് ഉറങ്ങാം" അമ്മയുടെ അടഞ്ഞ സ്വരം ജാനിയുടെ മനസിലെ സംശയങ്ങൾക്ക് ബലം കൂട്ടി. മനസ് വല്ലാത്ത സംഘർഷത്തിൽ തന്നെ. ഉറങ്ങാൻ കിടന്നപ്പോൾ അച്ഛന്റെയും അമ്മയുടെയും കൈകൾ മക്കളെ അടക്കിപിടിച്ചു. ഇടയ്ക്കിടെ കമലയുടെ തേങ്ങലുകൾ നിശബ്ദതയെ ഭേദിച്ചുകൊണ്ടിരുന്നു. പാറു ഒഴികെ ബാക്കി മൂന്നുപേർക്കും ആ രാത്രിയിൽ ഉറങ്ങാൻ സാധിച്ചില്ല.

ഇടക്കെപ്പോഴോ മയങ്ങിപ്പോയതായിരുന്നു ജീവൻ, ഉറക്കത്തിൽ അയാൾ പുഞ്ചിരിതൂകി നിൽക്കുന്ന കമലയെ കണ്ടു, വെള്ളിക്കൊലിസിട്ടു ഓടികളിക്കുന്ന ജാനിയെയും പാറുവിനെയും കണ്ടു. ഒടുവിൽ ഫാനിൽ ഒരു മുഴം കയറിൽ തൂങ്ങിയാടുന്ന സണ്ണി സായിപ്പിനെയും കണ്ടു. തൂക്കുകയറിൽ തൂങ്ങിയാടുന്ന സായിപ്പിന്റെ കണ്ണുകൾ തന്റെ നേർക്ക് തുറിച്ചിരിക്കുന്നു. ജീവന് ശ്വാസം വിലങ്ങി. ശരീരത്തിന് ഭാരം നഷ്ടപ്പെടുന്നതു പോലെ. കൈകാലുകൾ ആരോ കെട്ടിയിട്ടതുപോലെ ചലിപ്പിക്കാൻ കഴിയാത്ത അവസ്ഥ. അലറി വിളിക്കാൻ തോന്നി, കഴിയുന്നില്ല. ഞെട്ടി കണ്ണുകൾ തുറക്കുമ്പോൾ ശ്വാസം കിട്ടാതെ പിടയുകയായിരുന്നു അയാൾ. എല്ലാം സ്വപ്നമാണെന്ന് മനസിലാക്കാ ൻ കുറച്ചു നിമിഷങ്ങൾക്കൂടി വേണ്ടി വന്നു ജീവന്. ചുറ്റും ഒന്ന് നോക്കിയപ്പോൾ കണ്ടു തന്നെ നോക്കിക്കിടക്കുന്ന ജാനിയെ.

"എന്താ അച്ഛാ... ഉറക്കം വരുന്നില്ലേ?" ആദ്യ ചോദ്യം അവളുടേതായി രുന്നു"

"ഇല്ലമോളെ..."

"എനിക്കും ഉറക്കം വരുന്നില്ലച്ഛാ... എന്നാ നമുക്ക് പഠിക്കാൻ പോയാലോ? ഞാൻ പഠിക്കുമ്പോൾ അച്ഛനെനിക്ക് കൂട്ടിരിക്കുമോ?"

"മ്മ്"

സമയം പുലർച്ചെ നാലുമണിയായിരിക്കുന്നു ജാനിയെയും കൂട്ടി അവളുടെ മുറിയിലേക്ക് പോയപ്പോഴും മനസ്സിൽ നിറഞ്ഞു നിന്നത് സ്വപ്നത്തി ൽ കണ്ട സണ്ണി സായിപ്പിന്റെ തുറിച്ച കണ്ണുകളായിരുന്നു.

"അച്ഛാ ഇതു വായിച്ചു നോക്ക്. മലയാളം ടീച്ചർ പറഞ്ഞിട്ട് ഞാൻ എഴുതിയതാ. വായിച്ചു നോക്കിയിട്ട് കൊള്ളാമോന്ന് പറ"

തനിക്കു നേരെ അവൾ നീട്ടിയ ബുക്കിൽ അലസമായി കണ്ണുകളോടി ച്ചപ്പോൾ അറിയാതെ ചില വാക്കുകളിൽ കുടുങ്ങിപ്പോയി. 'ജീവിതം' എന്ന വിഷയത്തിൽ ചെറു കുറിപ്പാണ്.

'മനുഷ്യൻ എത്ര ഭാഗ്യമുള്ളവനാണ്. മറ്റുള്ള ജന്തുക്കൾ ഭൂമിയിൽ ജനിച്ച് ജീവിച്ച് ഭൂമിയിൽ അവരുടേതായ ഒന്നും തന്നെ അവശേഷിപ്പിക്കാതെ

ജീവൻ വെടിയുന്നു. പക്ഷേ, മനുഷ്യനോ അവനു സാധിക്കാത്തതായി ഒന്നും തന്നെ ഇല്ല. അവൻ ബുദ്ധികൊണ്ട് ലോകത്തെ മുഴുവൻ നിയന്ത്രിക്കുന്നു, തൂലികകൾ കൊണ്ട് വിപ്ലവം സൃഷ്ടിക്കുന്നു. തന്റെ ജീവിതലക്ഷ്യങ്ങൾ മനസ്സിലാക്കി എടുക്കുന്നവർ അതിനു വേണ്ടി കഠിനാധ്വാനം ചെയ്യുമ്പോൾ ചിലർ തന്റെ ലക്ഷ്യങ്ങൾ നിറവേറ്റാൻ കഴിയാതെ പാതിവഴിയിൽ എല്ലാം അവസാനിപ്പിക്കുന്നു. അവൻ അറിയുന്നില്ലായിരിക്കാം ജീവിതം എത്ര വിശാല മാണെന്നും അത്ര തന്നെ നിഗൂഢമാണെന്നും. മനുഷ്യന് വികാരങ്ങൾ എത്രയൊക്കെ ഉണ്ടെങ്കിലും ഒടുവിൽ സന്തോഷം എല്ലാത്തിനെയും പിന്നിലാക്കി യിരിക്കും.'

ഒരു പതിനഞ്ചു വയസ്സുകാരിയുടെ വാക്കുകൾ. മനസ്സ് ആ വരികൾക്കിടയിലൂടെ തലങ്ങും വിലങ്ങും സഞ്ചരിച്ചു. ഇനി ഇത് തന്റെ അവസ്ഥ മനസ്സിലാക്കി അവൾ എഴുതിയതായിരിക്കുമോ? ഒരു വേള ചിന്തിക്കാതിരുന്നില്ല. ബുക്കിൽ നിന്നും തലയുയർത്തി അവളെ നോക്കിയപ്പോൾ പുസ്തക വായനയ്ക്കിടയിലും ഒളികണ്ണിട്ട് തന്നെ ശ്രദ്ധിക്കുന്നുണ്ട് അവൾ.

"സന്തോഷത്തിന്റെ ഒരു വാതിൽ അടയുമ്പോൾ എപ്പോഴും മറ്റൊരു വാതിൽ നമുക്കായി തുറക്കപ്പെടും. അടഞ്ഞ വാതിൽ തന്നെ നോക്കി നിൽക്കുന്നതു കൊണ്ടാണ് നമുക്കായി തുറക്കപ്പെട്ട വാതിൽ നാം കാണാതെ പോകുന്നത്."

വായിച്ചുകൊണ്ടിരുന്ന പുസ്തകത്തിൽ നിന്നും ഹെലൻ കെല്ലറുടെ വാക്കുകൾ തനിക്ക് കേൾക്കാൻ എന്നോണം ഉച്ചത്തിൽ വായിക്കുന്നുണ്ട് അവൾ. പറയാതെ തന്നെ മനസ്സിലാക്കിയിരിക്കുന്നു അവളെല്ലാം. ഒരു ദീർഘനിശ്വാസം എടുത്തുകൊണ്ട് ജാനിയുടെ തലയിൽ തഴുകുമ്പോൾ വാത്സല്യം മനസ്സിനെ കീഴ്പ്പെടുത്തിയിരുന്നു. നീർത്തിളക്കമുള്ള ജാനിയുടെ കണ്ണുകൾ ഒരു കടലായി അയാൾക്ക് തോന്നി. അവളുടെ സ്വപ്നങ്ങളും സങ്കല്പങ്ങളും പ്രതീക്ഷകളും നിറഞ്ഞ ഒരു കടൽ. ആ കടലിൽ താൻ അലിഞ്ഞില്ലാതാകുന്നതു പോലെ.

ദുരഭിമാനം ഒരിക്കലും തന്റെ മക്കളുടെ സ്വപ്നങ്ങളേക്കാൾ വലുതല്ല. ഇപ്പോൾ ഞാൻ ജീവിതത്തിൽ പരാജയപ്പെട്ടിരിക്കുന്നു. പക്ഷേ ഈ അവസ്ഥയും സ്ഥിരം അല്ല. എല്ലാ വികാരങ്ങൾക്കും ഒടുവിൽ സന്തോഷം ആധിപത്യം നേടുക തന്നെ ചെയ്യും. ജീവിക്കണം ഇനിയും എന്റെ മക്കൾക്കും കമലയ്ക്കും വേണ്ടി.

ഉറച്ച തീരുമാനത്തോടെ മുറിയിലെത്തി തലേന്ന് വാങ്ങിവച്ച വിഷക്കുപ്പി തിരയുകയായിരുന്നു അയാൾ. കാണുന്നില്ല എങ്ങുമത്!! ഒത്തിരി നേരം തിരഞ്ഞിട്ടും കിട്ടാതെ വന്നപ്പോൾ ജീവൻ വല്ലാതെ പരിഭ്രാന്തനായി. എത്രയും പെട്ടെന്ന് അത് വീട്ടിൽ നിന്ന് ഒഴിവാക്കണം, അത് മാത്രമായിരുന്നു അപ്പോൾ ഉണ്ടായിരുന്ന ഏകചിന്ത. അല്പം മുമ്പ് ജാനിയോടൊപ്പം ചിലവഴിച്ച നിമിഷങ്ങൾ ഇല്ലായിരുന്നെങ്കിൽ ഇന്ന് പ്രഭാതത്തിൽ അവസാനിച്ചേനെ എല്ലാം.

കമല എങ്ങാനും അത് അടുക്കളയിലേക്ക് മാറ്റിയേക്കുമോ എന്ന ചിന്തയിലാണ് കാലുകൾ അടുക്കളയിലേക്ക് കുതിച്ചത്. അടുക്കളയിൽ നിൽക്കുന്ന ജാനിയെ കണ്ടതും തെല്ലൊരമ്പരപ്പായി. ഇവൾ എന്താ ഇവിടെ ചെയ്യുന്നത്!!

പക്ഷേ അവളുടെ മുഖത്ത് നിറഞ്ഞു നിന്നത് ആത്മവിശ്വാസം ആയിരുന്നു. എന്റെ മുഖത്തേക്ക് തന്നെ മിഴികൾ ഊന്നി അവളാ വിഷക്കുപ്പി അടുക്കള വാതിൽ വഴി പുറത്തേക്ക് വലിച്ചെറിഞ്ഞു. അവളുടെ ചുണ്ടിൽ വിരിഞ്ഞ പുഞ്ചിരി ഞാൻ എന്റെ ചുണ്ടിലേക്കും പകർത്തിയെടുത്തു. ഈ നിമിഷം ഞാൻ അഭിമാനിക്കുന്നു എന്റെ പെൺമക്കളുടെ അച്ഛൻ ആയതിൽ.

അന്നത്തെ പുലരിക്ക് പതിവിലും ഭംഗിതോന്നി ജീവന്. ഇനി പുതിയൊരു യാത്രയിലേക്കാണ്. വീട് വിറ്റ് കടം തീർക്കണം. പരാജിതൻ എന്ന ദുരഭിമാനത്തേക്കാൾ വലുതാണ് തനിക്ക് തന്റെ മക്കൾ, ആ കുഞ്ഞിക്കിളിക ളെയും കൊണ്ട് ചേക്കേറാൻ പുതിയൊരു ചില്ല കണ്ടുപിടിക്കണം. ആർഭാടങ്ങ ളും ആഡംബരങ്ങളും ഇല്ലാത്ത ജീവിതത്തിലേക്ക്.

അശ്വതി അനുരാജ്

പ്രിയ അനീഷ്

1983 നവംബർ 14ന് എറണാകുളം ജില്ലയിൽ ജനനം. GNM ബിരുദ
ശേഷം സ്റ്റാഫ് നേഴ്സായി സ്കോട്ടലൻഡിൽ സേവനമനുഷ്ഠിക്കുന്നു.
പിതാവ്: പുരുഷോത്തമൻ; മാതാവ്: രാഗിണി;
ജീവിത പങ്കാളി: അനീഷ്കുമാർ

Live books ന്റെ കാലം കഥ പറയുമ്പോൾ എന്ന
കഥാസമാഹാരത്തിലെ "അവൾ അമ്ബ്രായേലിന്റെ ലില്ലിപ്പൂവ്"
എന്ന കഥ, ചാവറ Publications ന്റെ ഒരു ആനുകാലിക
മാസികയിൽ വന്ന 'മുല്ലപ്പൂ മണമുള്ള കാറ്റ്' എന്നീ രണ്ടു കഥകൾ
പ്രസിദ്ധീകരിച്ചു. ഓൺലൈൻ പ്ലാറ്റ് ഫോമുകളിലും എഴുതിയിവരുന്നു.

ഫേസ്ബുക്ക്   : Priya Aneesh
ഇൻസ്റ്റാഗ്രാം   : priyaaneesh7
ഇ-മെയിൽ   : priyaaneesh1983@gmail.com

ഓർമ്മക്കടങ്ങൾ

❖

'എന്തുകൊണ്ടോ ചില സ്നേഹങ്ങൾ വാത്സല്യങ്ങൾ തേയ്മാനം വരാത്ത തങ്കക്കാശു പോലെ ജീവിതത്തിന്റെ മാറാപ്പിനകത്ത് ബാക്കി കിടക്കുന്നു' - എം. ടി (വാരാണസി)

പ്രിയപ്പെട്ട എഴുത്തുകാരന്റെ, എനിക്ക് പിന്നെയും പിന്നെയും വായിക്കാൻ, ഓർക്കാൻ ഇഷ്ടമുള്ള വരികളാണിവ. എന്തോ ഇത് വായിക്കുമ്പോൾ ചില മുഖങ്ങൾ മനസ്സിൽ തെളിയുന്നു.

അവ്യക്തത നിറഞ്ഞാടുന്ന നേരങ്ങളിൽ ഇടയ്ക്കെപ്പോഴെങ്കിലുമൊക്കെ നമ്മുടെ മുന്നിലെത്തുന്ന രൂപങ്ങളെ നാമൊരിക്കലും മനസ്സിലാക്കാറുമില്ല, തിരിച്ചറിയാറുമില്ല. നാം ഒരിക്കലും അതിന് ശ്രമിക്കാറുമില്ലന്നതാണ് സത്യം! പതിയെ നമ്മുടെ മനസ്സിൽപോലും അവർക്ക് ഒരു സ്ഥാനവുമില്ലാതെയാകും. നാം ജീവിച്ച ജീവിതനിറങ്ങളിലൊന്നും അവരില്ലാതെയാകും. ഒന്ന് പേരെടുത്തു പോലും പറയാതെ "അന്ന് വേറെയാരൊക്കെയോ ഉണ്ടായിരുന്നല്ലോ" എന്ന പറച്ചിലിൽ നാം ഓടിച്ചു വിടുന്ന കഥാപാത്രങ്ങൾ. അവരവിടെയില്ലെങ്കിലും നമ്മുടെ ഓർമച്ചിത്രങ്ങൾക്ക് മിഴിവൊട്ടും കുറയാറില്ലെന്ന് നാം ചിന്തിക്കും.

നമ്മുടെ ജീവിതത്തിൽ അവർക്ക് പ്രത്യേകിച്ച് സ്ഥാനമൊന്നുമുണ്ടാകില്ല, എന്നാലും എങ്ങനെയൊക്കെയോ നമുക്ക് സന്തോഷം തന്നിരുന്നവർ. ഒരു പക്ഷേ, ഇപ്പോൾ നമ്മളും പലർക്കും അങ്ങനെയായിരിക്കും.

'പഞ്ചമിയേച്ചിയും' അങ്ങനെയായിരുന്നു ഞങ്ങൾക്ക്. നമ്പൂരിശൻ മലയുടെ താഴ്വാരങ്ങൾക്കെല്ലാം വളരെ സുപരിചിതമായിരുന്നു പഞ്ചമി ചേച്ചിയുടെ ഒളിച്ചോട്ട കഥകൾ. ഓരോ ഒളിച്ചോട്ടങ്ങൾക്കും തിരിച്ചു വരവിനും പിന്നിലെ കാരണങ്ങൾ ഞങ്ങൾക്കെല്ലാം നിഗൂഢമായിരുന്നുവെങ്കിലും ശേഖരേട്ടന്റെ ചായക്കടയിലും റെയിൽവേ പ്ലാറ്റ്ഫോമിലെ കാടുപിടിച്ചു കിടക്കുന്ന മൂടുതാങ്ങി ബഞ്ചുകളിലുമൊക്കെ പൊടിപ്പും തൊങ്ങലും കുറച്ചേറെയുള്ള കഥകൾ ചുറ്റിത്തിരിഞ്ഞു നടന്നിരുന്നു.

അന്നാട്ടിലെ പല സത്യങ്ങളും ഉറക്കെയുറക്കെ വിളിച്ചു പറഞ്ഞിരുന്ന നമ്പൂരിശൻ മലയിലെ ഒട്ടും സ്വരച്ചേർച്ചയില്ലാത്ത വഴക്കാളിക്കാറ്റ്, പക്ഷേ പഞ്ചമിയുടെ രഹസ്യങ്ങളൊന്നും ആരോടും പറഞ്ഞിരുന്നില്ല. ഉത്തരങ്ങൾ തേടി പലപ്പോഴായി ചെന്നവരെയൊക്കെ കണ്ണിൽ പൊടിയിട്ടും കരിയിലകളെയൊക്കെ കാറ്റിൽ പാറിച്ചും ഓടിച്ചു വിടാറാണ് പതിവ്. കയറ്റം കേറി അണച്ചെത്തുന്ന കാറ്റിന് കെട്ടഴിച്ചു വിട്ട പൈയ്യിന്റെ സ്വഭാവമാണെന്ന് പഞ്ചമിച്ചേച്ചി പലപ്പോഴും പറഞ്ഞിട്ടുള്ളത് ഞങ്ങൾ കേട്ടിട്ടുണ്ട്. അല്ലെങ്കിലും പലപ്പോഴുമുള്ള "നിനക്കെന്തെ റിയാം കൊച്ചേ?" എന്ന പറച്ചിലിൽ ഒഴുകി പോയിട്ടുള്ളതെന്തൊക്കെയാവും?

പഞ്ചമിയേച്ചിയുടെ അമ്മ തുളസി പല വീടുകളിലും ജോലിക്ക് പോയിട്ടാണ് കുടുംബം പോറ്റിയിരുന്നത്. ചേട്ടൻ ഗോപനും ഭാര്യ സിന്ധുവിനും അവരെ രണ്ടു പേരെയും കണ്ണെടുത്താൽ കണ്ടു കൂടാ. വെളുപ്പ് നിറത്തിനും നരയുണ്ടെന്ന് മനസ്സിലാക്കി തരുന്നൊരു പാവാടയും പാകമാകാത്ത ബ്ലൗസും ധരിച്ചാണ് ചേച്ചിയെ ഏതു നേരത്തും കാണാനാവുക. തുളസിയുടെയും മോളുടെയും കഷ്ടപ്പാടറിഞ്ഞു ആരെങ്കിലും എന്തെങ്കിലും കൊടുത്താൽ ചേച്ചിയത് പൊന്നുപോലെ കൊണ്ടുപോയി സൂക്ഷിച്ചു വയ്ക്കുന്നത് ഒരു തകരപ്പെട്ടിയിലാണ്. അവരുടെ അച്ഛൻ ദാമോദരന്റെ പെട്ടിയാണത്. ദാമോദരൻ ഗൾഫിലായിരുന്നു കുറേനാൾ, പിന്നീട് തിരികെ വന്ന് നാട്ടിൽ കച്ചവടം ചെയ്തെങ്കിലും ഒരു ദിവസം എല്ലാം ഉപേക്ഷിച്ചു എങ്ങോട്ടോ പോയി. പിന്നീടിതുവരെ ഒരു വിവരവുമില്ല. അയാളുടെ ഓർമകളുടെ കൂമ്പാരമാണ് അവർക്കാ പെട്ടി. ഗോപനും തുളസിക്കും അത് കാണുമ്പോഴൊക്കെ സങ്കടവും ദേഷ്യവുമൊക്കെ വരുമെങ്കിലും പഞ്ചമിച്ചേച്ചി അതിൽ തൊടാൻ പോലും ആരെയും അനുവദിക്കില്ലായിരുന്നു. അവരുടെ കൊച്ചു കൊച്ചു സമ്പാദ്യങ്ങളും അച്ഛന്റെ ഓർമകളും നിറഞ്ഞിരുന്നു ആ പെട്ടിയിൽ.

വൈ കു ന്നേ ര ങ്ങ ളി ൽ അ മ്പ ല ത്തി ലും പി ന്നെ എ തെ ങ്കി ലും കണ്ടങ്ങളിലുമൊക്കെ പഞ്ചമിച്ചേച്ചിയെ കാണാം. ആ സമയത്ത് അവിടെ കളിക്കാനെത്തുന്ന കുട്ടികളുടെ പുറകെ വെറുതെ ഓടും. അതിനവർ വഴക്കിടുമ്പോൾ അവർ കളിക്കുന്നതിനൊപ്പം എന്തെങ്കിലുമൊക്കെ വിളിച്ചു പറഞ്ഞുകൊണ്ട് കളിക്കളത്തിന് ചുറ്റും നടക്കും. അവരോട് ആരും കളിക്കാനോ, മിണ്ടാനോ നിൽക്കാറില്ലായിരുന്നു. 'തലയ്ക്കിത്തിരി സുഖമില്ലാ ത്ത പെണ്ണാ, ഒത്തിരി ലോഹ്യത്തിന് പോകണ്ട'ന്ന് ഒരു പക്ഷേ അവരുടെ വീട്ടിൽ നിന്നും പറഞ്ഞിട്ടുണ്ടാകും.

പാടത്ത് ചെളി നിറഞ്ഞ് ആ വഴി നടക്കാൻ പറ്റാതായാവുമ്പോൾ ഞങ്ങൾ സ്കൂളിലേക്ക് പൊയ്ക്കൊണ്ടിരുന്നത് പഞ്ചമിയേച്ചിയുടെ വീടിനു മുന്നിലെ ഇടറോഡു കടന്നായിരുന്നു. ഞങ്ങൾ പോകുമ്പോൾ സ്ഥിരം കാണാറുള്ള കാഴ്ച അവർ വീടിന് മുന്നിലെ കലുങ്കിലിരുന്ന് പല്ലുതേക്കുന്നതോ അല്ലെങ്കിൽ കനാലിറങ്ങി എന്തെങ്കിലും പെറുക്കിക്കൊണ്ടിരിക്കുന്നതോ ആയിരിക്കും. പക്ഷേ, അന്നൊരിക്കൽ ആ കാഴ്ചകൾക്കു പകരം തുളസിയമ്മ

യുടെ പതം പറഞ്ഞുള്ള കരച്ചില് മാത്രമേ കേള്‍ക്കാനാവുമായിരുന്നുള്ളൂ. ഒന്നും മനസ്സിലാകാതെ അവിടവിടെ ചുറ്റിത്തിരിഞ്ഞ് നിന്ന ഞങ്ങളെ അവിടെയുള്ളവര്‍ വേഗം സ്കൂളിലേക്ക് പറഞ്ഞുവിട്ടു. പോകുന്ന വഴിക്കും പിന്നെ ക്ലാസ്സിലിരുന്നും അന്ന് ഞങ്ങള്‍ ആലോചിച്ചു കൂട്ടിയതിന് കണക്കില്ല.

'എന്തായിക്കും തുളസിയമ്മയുടെ കരച്ചിലിനു കാരണം?' ഒടുവില്‍ വൈകിട്ട് തിരികെ കവലയില്‍ എത്തിയപ്പോഴാണ് പഞ്ചമിച്ചേച്ചിയെ കാണാനില്ല. അവര്‍ ഒളിച്ചോടിപ്പോയിരിക്കുന്നു എന്ന വാര്‍ത്തയാണ് കേള്‍ക്കുന്നത്. ചെല്ലി ചെത്തിപ്പോയ പെണ്ണുങ്ങളുടെ തലച്ചുമടില്‍ നിന്നും വീണുപോയ ചെല്ലിക്കൊമ്പുകള്‍ ആരെക്കെയോ പൊട്ടിച്ചു തീര്‍ത്ത ലാഘവത്തോടെ ആ വാര്‍ത്ത കരയാകെ പരന്നിരുന്നു. അന്നെന്തോ കളിക്കാന്‍ വന്നവരുടെ ചിന്തയെല്ലാം പഞ്ചമിയെക്കുറിച്ചായിരുന്നു. അച്ഛന്‍ പോയ പോലെ മകളും പോയി എന്നായിരുന്നു നാട്ടില്‍ സംസാരം. എല്ലാവരും അങ്ങനെ കരുതിയിരിക്കെ മൂന്നാം ദിവസം അവര്‍ തിരികെയെത്തി. കണ്ണുനീരു കൊണ്ടുള്ള തുളസിയമ്മയുടെ ചോദ്യങ്ങള്‍ എന്നത്തേയും പോലെ കേട്ടിരുന്നതല്ലാതെ ചേച്ചി മറുപടി ഒന്നും പറഞ്ഞില്ല.

പിന്നീടതെല്ലാം എല്ലാവരും പതിയെ മറന്നു തുടങ്ങിയെങ്കിലും ഞങ്ങളതിങ്ങനെ ഇടയ്ക്കിടെ ആലോചിക്കുമായിരുന്നു. 'എവിടെയായിരിക്കും അവര്‍ പോയിരിക്കുക?' കാവിന്റെ ഒരുകോണില്‍, കൈയ്യെത്താത്തൊരു കൊമ്പില്‍ കാണപ്പെട്ടിരുന്ന നല്ല ചോമന്ന നിറത്തിലുള്ള കുങ്കുമക്കായകള്‍ പോലെയായിരുന്നു ഞങ്ങള്‍ക്കതും. എങ്കിലും ഒരു ദിവസം രണ്ടു പുളിമിഠായി കൈമാറിയതിലൂടെ ചോര്‍ന്നു കിട്ടിയ ആ രഹസ്യം ബിന്ദു ഓടി വന്ന് എന്നെ അറിയിച്ചു.

'പഞ്ചമിയേച്ചി അന്ന് കടല്‍ കാണാന്‍ പോയതാണത്രേ! അതും കന്യാകുമാരിയില്‍. അവരുടെ അച്ഛന് ഏറ്റവും ഇഷ്ടമുള്ള സ്ഥലമായിരുന്നു അത്.'

"ഈ നമ്പൂരിശ്ശന്‍ മലയ്ക്കപ്പുറം കടന്നിട്ടുണ്ടാവില്ല പിന്നെയല്ലേ കന്യാകുമാരി." പുച്ഛമായിരുന്നു എനിക്ക്. വിശ്വസിക്കാന്‍ പോലും തോന്നിയില്ല. വെള്ളം തൊട്ടാല്‍ ഒഴുകിയൊലിച്ചു പോകുന്ന നിറഭംഗിയേയുള്ളൂ ആ കുങ്കുമ കായ്കള്‍ക്കെന്ന് പിന്നീട് ഞങ്ങള്‍ക്ക് മനസ്സിലായിരുന്നു.

പിന്നീട് ആ സംഭവത്തിന് ശേഷം, പഞ്ചമി ചേച്ചിയെ ഒറ്റയ്ക്കാക്കി തുളസിയമ്മ എവിടെയും പോകാറില്ലായിരുന്നു. തുളസിയമ്മക്കൊപ്പം ചേച്ചിയും വീട്ടു ജോലികള്‍ക്കായി പോയിത്തുടങ്ങി. എങ്കിലും വൈകുന്നേരമാകുമ്പോള്‍ പണികളെല്ലാം തീര്‍ത്ത് അവരൊന്ന് കറങ്ങാനിറങ്ങും. അത് സമ്മതിച്ച് കൊടുക്കാതെ തരമില്ലായിരുന്നു അവിടുള്ളവര്‍ക്ക്.

"എന്റെ മോള്‍ ഇങ്ങനെയായല്ലോ. അവള്‍ക്ക് നല്ല ബുദ്ധിക്കായി ഞാന്‍ കാവിലമ്മയ്ക്ക് നേരാത്ത നേര്‍ച്ചയുണ്ടോ? അവള്‍ടെയച്ഛന്റെ പ്രകൃതമാ ഇതൊക്കെ. ഇത് പെണ്ണായിപ്പിറന്നു പോയല്ലോ എന്നാതാണെന്റെ ദുഃഖം. മാസമുറപോലുമില്ല പെണ്ണിന്. ഞാനിതൊക്കെ ആരോടു പറയാന്‍. കാവിലമ്മ

യ്ക്കറിയാം എല്ലാം. ഞാൻ ചത്തു പോയാൽ ആരുണ്ടതിന്! ആങ്ങളയ്ക്ക് വേണ്ട, അവന്റെ ഭാര്യയ്ക്കും കണ്ടൂട. തന്ത ഇട്ടേച്ചും പോയി. ഞാനിനി എന്തോ ചെയ്യും ദൈവമേ! കാത്തോളണേ എന്റെ ദേവീ!"

അരകല്ലിൽ ചാരി നിന്ന്, മാറത്തെ തോർത്തുയർത്തി കണ്ണുനീരൊപ്പി ക്കൊണ്ട്, എന്റെ അമ്മയോട് സങ്കടം പറയാറുള്ള തുളസിയമ്മ എന്റെ ഓർമക്കാഴ്ചകളിലൊന്നാണ്. തിന്നാൻ കൊടുക്കുന്നതെന്തും ഒരു കീറക്കടലാ സ്സിലോ വാഴയിലയിലോ പൊതിഞ്ഞു കയ്യിലൊതുക്കിപ്പിടിച്ചു പോകുമ്പോഴും, നിസ്സഹായതയിൽ വിളറി വിറങ്ങലിച്ചു നിൽക്കുമ്പോഴും, നിറകണ്ണുകളൊളിപ്പി ച്ചുള്ള ചിരിയുടെ മുഖമാണവർക്ക്.

ബിന്ദു പതിയെ പഞ്ചമിച്ചേച്ചിയോട് കൂട്ടായി തുടങ്ങിയിരുന്നു. സ്കൂൾ വിട്ടുവരുന്ന ഞങ്ങളോട്, പ്രത്യേകിച്ച് ബിന്ദുവിനോട് അവർ എന്തെങ്കിലുമൊ ക്കെ വിളിച്ചു പറഞ്ഞു ചിരിക്കുമായിരുന്നു. എന്നെയും അവർക്ക് വളരെ ഇഷ്ടമായിരുന്നുവെന്ന് തോന്നിയിട്ടുണ്ട്. ചിലനേരങ്ങളിൽ ചേച്ചി ആരോടും പറയാതെ മലമുകളിലെ കാറ്റാടി മരത്തിന്റെ ചോട്ടിൽ പോയിരിക്കും എന്നിട്ട് സന്ധ്യയാവുമ്പോൾ തിരികെപ്പോരുമെന്നൊക്കെയുള്ള കാര്യങ്ങൾ സ്കൂളിലെ ഒഴിവു സമയങ്ങളിലൊക്കെ അവളിങ്ങനെ വാ തോരാതെ പറയുമ്പോൾ അവിശ്വസനീയതോടെ കേട്ടിരിക്കാറുണ്ടായിരുന്നു.

ചേച്ചി മിക്ക ദിവസങ്ങളിലും രാത്രിയാകുമ്പോൾ ഇടയ്ക്കിടെ സ്വന്തം തലയ്ക്കിട്ട് കൊട്ടിക്കൊണ്ടിരിക്കുമായിരുന്നത്രേ!

"ഇതെന്താ ഈ കാട്ടണെ?" എന്ന് ആരേലും ചോദിക്കുമ്പോൾ

"ഇടയ്ക്കിടെ തലക്കകത്ത് നിന്നും ആരോ കൊട്ടുന്നു. തിരിച്ചൊരു കൊട്ടു ഞാനും കൊടുത്തു അത്രേയുള്ളൂ..." എന്ന് പറഞ്ഞോണ്ട് പിന്നെയും അതാവർത്തിക്കും. ചേച്ചി നിൽക്കുന്ന വീട്ടിലെ ധന്യയാണ് ഇതെല്ലാം ബിന്ദുവി നോട് പറയുന്നത്.

പഞ്ചമി ചേച്ചിയുടെ 'വെറും നേരങ്ങൾ' കഥകളും നിറങ്ങളും പിന്നെ ചേച്ചിയുടെ മാത്രം തത്ത്വങ്ങളും നിറഞ്ഞതായിരുന്നു. ആരോടെന്നില്ലാതെ, അവരങ്ങനെ ഓരോന്നായി വിശദീകരിക്കും. ആ കഥകളിലൊക്കെയും നിറഞ്ഞു നിന്നിരുന്നത് കടലും നിലാവുമാണ്. അതെല്ലാം കേൾക്കാൻ സത്യത്തിൽ ധന്യയ്ക്കും ബിന്ദുവിനും വലിയ ഇഷ്ടമായിരുന്നു. ബിന്ദുവിലൂടെ എനിക്കും. തുറന്ന ജനൽപ്പാളികളിലൂടെ ഭിത്തിയിൽ നിഴലാട്ടമാടുന്ന മാവിൻ ചില്ലകളുടെ താളത്തിനൊത്ത് കൈ മുദ്രകൾ കൊണ്ട് ചേച്ചി നടത്തുന്ന നാടകത്തിന്റെ അർത്ഥമറിയാതെ അവരിരുന്നു കാണുമായിരുന്നു. ഒരിക്കലവ രോട് ചേച്ചി പറഞ്ഞു.

"നമ്മൾ കടം വീട്ടാൻ വന്നവരാണെന്ന്. കടം വീട്ടിക്കഴിഞ്ഞാൽ ഇവിടം വിട്ട് പോകണമെന്ന്!"

പക്ഷേ അതെന്ത് കടമെന്ന് ധന്യയ്ക്കും ബിന്ദുവിനും മനസ്സിലായില്ല.

"മുൻജന്മത്തിലെ കടങ്ങൾ. ബാക്കിവച്ച അത്രയും തീവ്രമായ സ്വപ്നങ്ങൾ. അതു പൂർത്തികരിക്കാനാണ് നാമിവിടെ വീണ്ടും ജനിക്കുന്നത്.

എത്ര വേഗം അത് പൂർത്തിയാക്കുന്നോ അന്നേരം തന്നെ മോക്ഷം കിട്ടി ഇവിടുന്ന് പോകാം."

ഇതെല്ലാം കേട്ട് ധന്യയ്ക്കും ബിന്ദുവിനും ചിരിയാണ് വന്നത്. പഞ്ചമിച്ചേച്ചിയുടെ ഓരോരോ വട്ടുകൾ. കടം വീട്ടാൻ വന്നവരാണത്രേ!

"അങ്ങനെയെങ്കിൽ ഈ പ്രായമായവരോ? ഇത്ര നാളായിട്ടും അവരതൊന്നും തീർത്തില്ലേ? അതോ അവർക്ക് അങ്ങനെയൊന്നില്ലേ? അവരെല്ലാം കുറെ കഴിയുമ്പോൾ മരിക്കുമല്ലോ. അപ്പോൾപ്പിന്നെ ആ കടങ്ങൾ വീട്ടണ്ടേ?" എനിക്കും നിറയെ സംശയങ്ങളായിരുന്നു.

"വേണം. അതിനായി അവർ പിന്നെയും ജനിക്കും. നേരത്തേ കടം തീർക്കുന്നവരാണ് വേഗം തിരിച്ച് സ്വന്തം വീട്ടിലേക്ക് പോകുന്നത്. അവർക്ക് പിന്നീടൊരിക്കലും തിരികെ വന്ന് കഷ്ടപ്പെടണ്ട." ചേച്ചി ജനലിൽ മുഖംചേർത്ത് ആകാശത്തേക്ക് നോക്കി ഇതെല്ലാം പറയുന്നത് കേട്ട് അവർ രണ്ടും വാ പൊത്തിച്ചിരിക്കുമായിരുന്നുവത്രേ!

'സത്യത്തിൽ അവർ ആരായിരുന്നു? എന്തായിരുന്നു അവർ ഈ പറയുന്നതിലൂടെ ഉദ്ദേശിച്ചിരിക്കുക? എന്തിനായിരിക്കും അവരവിടെയിവിടെ യൊക്കെ ഇങ്ങനെ തോന്നിയവണ്ണം പോകുന്നത്? എന്താണവർ അങ്ങനെയൊ ക്കെ പെരുമാറുന്നതെന്നുമുള്ള' ചോദ്യങ്ങൾ ഇടയ്ക്കിടെ എന്നെ അലോസരപ്പെ ടുത്തുമായിരുന്നു. ഉത്തരം കിട്ടാത്ത കുറെ ചോദ്യങ്ങളുടെ കൂട്ടത്തിലെ ആദ്യസ്ഥാനക്കാരായി അതാക്കെ ഇപ്പോഴുമവിടെത്തന്നെ നിറഞ്ഞിരിക്കുന്നു ണ്ട്. ബിന്ദുവിന്റെ കഥ പറച്ചിലുകളിലൂടെ കേട്ടതിനും കണ്ടതിനപ്പുറം എന്തൊ ക്കെയോ ആയി നിറയുകയായിരുന്നു അവരെന്റെയുള്ളിൽ.

തെങ്ങ് കയറാൻ വന്നിരുന്ന രഘു പാമ്പ് കടിയേറ്റ് മരിച്ചതിന്റെ മൂന്നാം നാൾ പഞ്ചമിച്ചേച്ചിയെ പിന്നെയും കാണാതായി. അതറിഞ്ഞ നിമിഷം തുളസിയമ്മ തളർന്നു വീണു കിടപ്പിലായി.

"കന്യാകുമാരി വരെ ആരെങ്കിലുമൊന്നു പോയി നോക്കാവോ? അവിടെ കാണും എന്റെ പഞ്ചമി" എന്നൊരു നിലവിളി എന്നും അവരുടെ തൊണ്ടയിൽ നിന്നും മുഴങ്ങിയിരുന്നു. നോക്കാനാരുമില്ലാതെ, ആ വാക്കുകളു ടെ ഉറവിടം ഉറുമ്പരിച്ച് ഇല്ലാതാവും വരെ അതങ്ങനെയങ്ങനെ അവിടെ മാത്രമായി പൊലിഞ്ഞു.

പിന്നീടുള്ളതൊക്കെ ഒരു കഥ കേൾക്കുന്നതുപോലെ, കടന്നു പോയ കാലങ്ങൾക്കിടയിലെ നേരമ്പോക്കുകൾക്കിടയിലെപ്പോഴോ പിന്നെയും ബിന്ദുവിൽ നിന്നു തന്നെ കേട്ടതാണ്. പഞ്ചമിച്ചേച്ചി പിന്നെയും എപ്പോഴോ കുറച്ചു കാലങ്ങൾക്കു ശേഷം തിരികെ വന്നു. അന്ന് വീട്ടുകാരുമായുള്ള വഴക്കിനിടയിൽ അവർ പരിശോധിച്ച ബാഗിൽ നിന്നും കിട്ടിയ കവറിൽ ഒരു സാരിയുണ്ടായിരുന്നു. ആരുടെയോ കണ്ണീർ വീണു പിഞ്ചിപ്പോയ മഞ്ഞനിറത്തി ലുള്ള ഒരു പഴയ സാരി. ആ സാരിയും അതിന്റെ ഉടമസ്ഥനായിരുന്ന രഘുവിനെ യും ആരും മറന്നിട്ടില്ലായിരുന്നു. അമ്പലത്തറയിലെ ആലിലകൾക്കും കള്ളുഷാപ്പിലെ കള്ളുകുപ്പികൾക്കും വരെ വളരെ പരിചിതനായിരുന്ന

ഒരാളായിരുന്നു രഘു. ഉപേക്ഷിച്ചു പോയ അമ്മയുടെ കഥയും പിന്നീടെപ്പോഴോ അയാൾക്കു ലഭിച്ച, അയാൾ നിധി പോലെ കാക്കുന്ന അവരുടെ ചിതാഭസ്മവും സാരിയും അതൊഴുക്കേണ്ട കാശിയും, മരിക്കുന്നതിന്റെ തലേന്നു വരെ രഘുവിന്റെ കള്ളുപുളിച്ച പേച്ചുകളായിരുന്നുവല്ലോ.

പഞ്ചമിച്ചേച്ചിയും രഘുവും! ആഴവും പരപ്പുമൊന്നും തിരിച്ചറിയാതെ പോയ ഏതോ ബന്ധത്തിന്റെ ഉടമകൾ. അധികം ചോദ്യവും പറിച്ചിലുമൊന്നുമി ല്ലാതെ പലരും പലതും മനസ്സിലാക്കുകയും കൂട്ടുകയും കുറയ്ക്കുകയും ചെയ്തു. അങ്ങനെ ആ അദ്ധ്യായവും അവിടെ തീർന്നു. എന്തായാലും സത്യം അറിയാൻ അധികമാരും മെനക്കെട്ടില്ല. അതിന്റെ ആവശ്യം അങ്ങനെയാർക്കും ഇല്ലായിരുന്നു. കഥകൾ തന്നെ ധാരാളം. 'പിന്നെയും ചേച്ചി ഇതു പോലെ എന്നെങ്കിലും...?' ആ ചോദ്യം ചോദിക്കാൻ ഞാൻ ഇഷ്ടപ്പെട്ടില്ല.

ഞാനന്നും അങ്ങനെ തന്നെയായിരുന്നല്ലോ. മനപ്പൂർവ്വമൊരു മറവി. അല്ലെങ്കിൽ തീരെ ഓർക്കാനേ ശ്രമിക്കാതെ കാലത്തിനപ്പുറത്തേക്ക് എങ്ങനെ യോ പതിയെ നടത്തി വിട്ട ഒത്തിരി പേരിൽ അവരുമുണ്ട്. അവർ തന്നിരുന്ന ചിരികൾ, വർത്തമാനങ്ങൾ, കഥകൾ, കൊട്ടങ്ങക്കായ്കൾ, വളപ്പൊട്ടുകൾ, ഓർമത്തുണ്ടുകൾ അങ്ങനെയങ്ങനെ, അവർക്കു മാത്രം പൂരിപ്പിക്കാനാവുന്ന, അവർ ബാക്കിയാക്കി പോയ ആ ജീവിതങ്ങളും. ഓർമകളുടെ നൂൽബന്ധം പോലും അവശേഷിപ്പിക്കാതെ എപ്പോഴോ അറ്റുവീണു പോയ ചില ജന്മബന്ധ ങ്ങൾക്കിടയിലിപ്പോഴും ഓർമ്മക്കടങ്ങളുടെ തീരാ ഭാരം അവശേഷിക്കുന്നു. താങ്ങാനാവാത്ത ഭാരം!

പ്രിയ അനീഷ്

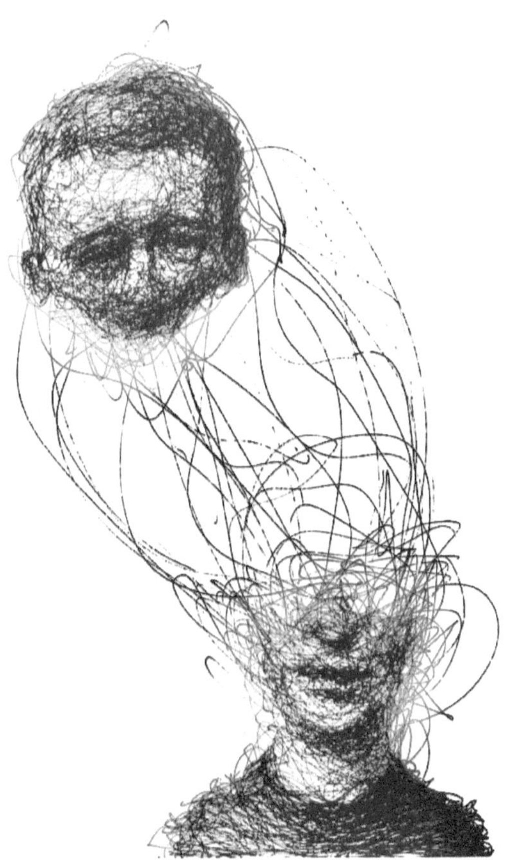

അനുഷ ദേവദാസൻ

1990 സെപ്റ്റംബർ 06ന് കോഴിക്കോട് ജില്ലയിൽ ജനനം.
തിരുവനന്തപുരം എഞ്ചിനീയറിംഗ് കോളേജിൽ (CET) നിന്ന്
കമ്പ്യൂട്ടർ സയൻസ് ആൻഡ് എഞ്ചിനീയറിംഗിൽ ബിരുദവും,
ബിരുദാനന്തര ബിരുദവും. സോഫ്റ്റ്‌വെയർ എഞ്ചിനീയർ, National
Informatics Centre (NIC), Kerala (Thiruvananthapuram)
പിതാവ്: ദേവദാസൻ; മാതാവ്: സുഭാഷിണി.

ധ്രുവങ്ങൾ, ഒരു മുറി നിറയെ കടൽ, മറവിയുടെ തോൽവികൾ
എന്നീ ചെറു കഥകൾ വിവിധ ഓൺലൈൻ മാധ്യമങ്ങളിൽ
പ്രസിദ്ധീകരിച്ചു.

ഫേസ്ബുക്ക്	: Anusha Devadasan
ഇൻസ്റ്റാഗ്രാം	: anushapdev
ഇ–മെയിൽ	: anushapdev@gmail.com
ലിങ്ക്ഡ്ഇൻ	: https://www.linkedin.com/in/anushapdev/

ഒരു കഥ ജനിക്കുന്നു

✣

ഉച്ചവെയിലിൽ പൊള്ളുന്ന റോഡിലൂടെ കാൽ നീട്ടി വച്ച് നടക്കുമ്പോ ൾ അവളുടെ ഹൃദയമിടിപ്പ് കൂടി. ക്ഷണിക്കപ്പെടാത്തൊരിടത്തേക്കുള്ള ഈ യാത്രയ്ക്ക് സമയമായോ എന്ന ചിന്ത മനസിൽ ഉയർന്നു കൊണ്ടിരുന്നു. കഴിഞ്ഞ തവണ ഇത്ര ദൂരം നടന്ന്, വീട് കണ്ടു മടങ്ങുമ്പോൾ വഴിയടയാളങ്ങൾ മനസ്സിൽ കുറിച്ചിടുന്നുണ്ടായിരുന്നു. മനസു കൊണ്ട് പിന്നെയും എത്ര തവണ ഈ വഴിയിലൂടെ നടന്നു. ഓരോ അടയാളങ്ങളെയും കണ്ടു. ഒടുവിൽ, നക്ഷത്രമെന്ന് പേരുള്ള വീടിന്റെ കറുത്ത ഗേറ്റിന്റെ തണുപ്പിലേക്ക് വിരൽ ചുറ്റി ചാഞ്ഞു നിന്നു. മനസിലെ ഓരോ യാത്രയ്ക്കും അവസാനം കിതപ്പാറ്റുന്നത് അവിടെയാണ്. ഗേറ്റിനുള്ളിലൂടെ അകത്തേയ്ക്ക് നോക്കി, ആരെയും കണ്ടില്ല.

അപ്പോൾ, സ്വപ്നത്തിൽ കാണാറുള്ള, കറുത്ത നിറമുള്ള ഗേറ്റും മാവിന്റെ തണലുള്ള മുറ്റവും ചാരുകസേരയിട്ട ഉമ്മറവും കോളിങ് ബെല്ലിനടുത്ത് ചുമരിലെ അഞ്ചിതളുള്ള ചുവന്ന പൂവും ഓർമയിലേക്ക് വരും. വീടിന്റെ വലതു വശത്ത് മുറ്റത്തിനറ്റത്ത് ഒരു കിണറും കിണറ്റിൻ കരയിൽ തെച്ചിക്കൂട്ടങ്ങളും തുളസിത്തൈകളും കാണും. ഉറുമ്പു വരിയിട്ടു പോവുന്ന മുറ്റത്തിന്നതിരിൽ മരങ്ങളിൽ അണ്ണാറക്കണ്ണൻമാർ ചിലയ്ക്കുന്നതും അടുക്കള വാതിലിൽ നിന്ന് പുറത്തേക്ക് എത്തി നോക്കുന്ന ഒരു വാല്യക്കാരിയേയോ വീട്ടുകാരിയേയോ അവൾ സങ്കൽപ്പിക്കും. അകത്ത് നിന്ന് ഒഴുകി വരുന്ന ഹിന്ദുസ്ഥാനി സംഗീതത്തിന്റെ നേർത്ത അലകൾ അദ്ദേഹമവിടെയുണ്ടെന്ന് പറയാതെ പറയും.

കുറേ വർഷങ്ങൾക്ക് മുൻപ് കൂട്ടുകാരനൊപ്പം ഈ വഴി പോയത് കഴിഞ്ഞു പോയ ഏതോ ജന്മത്തിലെന്ന പോലെ അവളോർത്തു. പൂർവജന്മസ്മരണകൾ പലതും വേദന ഉപേക്ഷിച്ച് അസ്തിത്വം നേടിയിരിക്കു ന്നു. സംഭാഷണങ്ങൾ മാത്രം തെളിഞ്ഞു കേൾക്കാം ഇന്നും. 'ഇവിടെയല്ലേ ന്റെ വീട്' എന്ന ചോദ്യത്തിന്, അതെയോ എന്നവൾ അതിശയിച്ചു പോയിരുന്നു.

ആരോ പറഞ്ഞറിയാമെന്ന് പറഞ്ഞപ്പോൾ, ആയിരിക്കുമെന്നവൾ ആദരവോടെ ഓർത്തു. ചില ബന്ധങ്ങൾ അങ്ങനെയാണെന്ന് തോന്നി, കയ്യെത്താവുന്ന ദൂരത്ത് ആളുകൾ ഉണ്ടാവുകയും ആരുമില്ലെന്ന് ഓർമകളിലേക്ക് അവരെ തിരഞ്ഞു പോവുകയും.

"നമുക്കൊരു ദിവസം പോവണ്ടേ, നീ വരുമോ എന്റെ കൂടെ?" എന്ന ചോദ്യത്തിന് ജീവിതത്തിന്റെ അർത്ഥമുണ്ടായിരുന്നു എന്ന് ഇന്ന് തോന്നുന്നു. ഒരുമിച്ചു പോവൽ വെറും വാക്കായി മറഞ്ഞു പോയി, ഒരുമിക്കുക എന്നൊന്നു ണ്ടായില്ല. പിന്നീട് ഈ സ്വപ്നങ്ങൾ തിരിച്ചറിയാനോ വാഗ്ദാനം ചെയ്യാനോ മറ്റാർക്കും സാധിച്ചുമില്ല.

ഇന്നു പക്ഷേ, സ്വപ്നം സത്യമാവുന്നതു പോലെ അവൾക്കു തോന്നി. വഴിയിലൊരു വൃദ്ധ സമയം ചോദിച്ചു, നിലച്ചു പോയ വാച്ചിലേക്കറിയാതെ നോക്കി. പിന്നെ മൊബൈൽ ഫോണിന്റെ സ്ക്രീനിൽ തെളിഞ്ഞ സമയം അവൾ പറഞ്ഞു കൊടുത്തു. മുന്നോട്ടു നടന്നപ്പോൾ അടുത്തുള്ള ഒരു ചായക്കടയിൽ നിന്ന് കുട്ടിക്കാലത്ത് ഒരുപാട് കേട്ടിരുന്ന ഒരു പാട്ട് കേട്ടു. വെയിൽ മെല്ലെ ചായവെ, കാക്കകൾ കരഞ്ഞു പറന്നു. കനാലിന്റെ വക്കത്ത് കരിയിലക്കിളികൾ ഭക്ഷണം തേടി ചിതറി നടന്നു. ഓട്ടോക്കാരനോട് ജംഗ്ഷനിൽ ഇറക്കിയാൽ മതിയെന്ന് പറഞ്ഞ് ബാക്കി വഴി തനിയെ നടന്നു. തിരിച്ചു പോകണമെന്ന് തോന്നിയാൽ, കൂടുതൽ ചിന്തിക്കാൻ നിൽക്കാതെ മടങ്ങണം. കാണാൻ സാധിച്ചാൽ എന്ത് പറയുമെന്ന് എങ്ങനെ സംസാരിക്കണ മെന്നൊക്കെയും മനസ്സിൽ പാകപ്പെടുത്തണം. ആദ്യത്തെ വളവു കഴിഞ്ഞ്, ഇടത്തോട്ടു പോയി പിന്നീട് വലത്തോട്ടുള്ള റോഡിലെ ആദ്യത്തെ വീടാണ്. കുറെ കെട്ടിടങ്ങൾക്ക് നടുവിൽ ഒറ്റപ്പെട്ടു പോയ പഴയ ഒരു ഇരു നില വീട്. കറുത്ത നിറമുള്ള ഗേറ്റ്. അവൾ മെല്ലെ സ്വയം നുള്ളി നോക്കി. ചുണ്ടിൽ ഒരു ചിരി പുറത്തു വരാൻ മടിച്ച് നിന്നു.

ഗേറ്റ് പൂട്ടിയിട്ടില്ല. പതിയെ തുറന്ന്, ഇന്റർലോക്കിട്ട മുറ്റത്തൂടെ നടന്നു. അവളുടെ വരവറിയാതെ പുറത്ത് കൂട്ടിൽ ഒരു പട്ടിക്കുഞ്ഞ് ഉറങ്ങുന്നു. മുറ്റത്തിനരികിലെ ചെടിച്ചട്ടികളിലും മണ്ണിലും പലജാതി പൂക്കൾക്കിടയിൽ ചുവന്ന തെച്ചിപ്പൂക്കളുമുണ്ട്. സിറ്റൗട്ടിൽ ആരുമില്ല. കാർ പോർച്ചിൽ കാർ കിടപ്പുണ്ട്. വിളിക്കാതെ വന്നത് ശരിയായ തീരുമാനമായില്ലെയെന്നു വീണ്ടും തോന്നൽ. വിളിക്കാൻ ധൈര്യം ഉണ്ടായില്ലെന്ന് എങ്ങനെ പറയും. ആളനക്കങ്ങ ളില്ലെന്ന് കണ്ട്, വെളുത്ത ഇലഞ്ഞിപ്പൂക്കൾ ചിതറിയ മഞ്ഞ സാരിത്തുമ്പെടുത്ത് അവൾ മുഖം തുടച്ചു. അദ്ദേഹം ഉച്ച മയക്കം കഴിഞ്ഞ് ഉണർന്നു കാണണം, കൈയിലെ കുട മടക്കി ചുറ്റിലും നോക്കി കോളിങ് ബെല്ലിലേക്ക് വിരൽ നീളുമ്പഴേക്കും അദ്ദേഹത്തിന്റെ ഭാര്യ സിറ്റൗട്ടിലേക്ക് വന്നു. 'ആരാണ് വന്നിരിക്കുന്നതെന്ന്' അമ്പരപ്പ് പടർന്ന മുഖം. പരിചയമുണ്ടോയെന്ന് മുഖത്തേ ക്ക് സൂക്ഷിച്ചു നോക്കിയ അവരോട് അവൾ പേര് പറഞ്ഞു. അദ്ദേഹമുണ്ടോയെ ന്നും, അദ്ദേഹത്തിനു സുഖമല്ലേയെന്നും അന്വേഷിച്ചു. അവരുടെ പിറകിലായി മകൾ വന്നു നിന്നു. അവൾ പുഞ്ചിരിച്ചു.

"എന്റെ പേര് ____, സാറിനെ ഒന്ന് കാണാൻ സാധിക്കുമോയെന്ന്... ആദ്യമായി വരാണ്. ബുദ്ധിമുട്ടാവില്ലെങ്കിൽ മാത്രം ഞാനിവിടെ കാത്തിരുന്നോട്ടെ?"

"കുട്ടി എഴുത്തയക്കാറുണ്ടോ അച്ഛന്? എനിക്ക് ഈ പേര് നല്ല പരിചയണ്ട്.

"അയക്കാറുണ്ടാരുന്നു, വായിച്ചിരിക്കുമോ എന്ന് നിശ്ചയമില്ല."

"ഇരിക്കൂ. അച്ഛൻ ചായ കുടിക്കാണ്. ഞാൻ പറയാം." മകൾ അകത്തേക്ക് മടങ്ങി.

ഏറെ നാളത്തെ ആഗ്രഹത്തിനൊടുവിൽ കഴിഞ്ഞ മെയിലാണ് മൂകാംബികയിൽ പോയത്. അമ്മയെ മാത്രം യാത്രയിൽ കൂടെ കൂട്ടി. പല കഥകളിലൂടെ നടന്നും ചിന്തിച്ചും വേദനിച്ചുമാണ് ക്ഷേത്രത്തിലെത്തിയത്. സരസ്വതീ മണ്ഡപത്തിൽ എഴുത്തിനിരിക്കാൻ ശീട്ടെടുക്കുന്ന കൗണ്ടറിലെ നരച്ച മുടിക്കാരൻ കന്നഡ കലർന്ന മലയാളത്തിൽ തമാശ പറഞ്ഞു. പിന്നീട് സരസ്വതീ മണ്ഡപത്തിലിരുന്ന് ഗായത്രീ മന്ത്രമുരുവിടുമ്പോൾ, ഹരിശ്രീ കുറിക്കുമ്പോൾ മനസ്സിൽ ഗുരു രൂപം തെളിഞ്ഞു. ദേവി അക്ഷരങ്ങളായി അനുഗ്രഹം ചൊരിയട്ടെയെന്ന് ആത്മാർത്ഥമായി ആഗ്രഹിച്ചു, ഗുരുനാഥനെ മനസ്സിൽ പ്രണമിച്ചു.

ക്ഷേത്ര പരിസരത്തെ മണി മുഴക്കങ്ങളും ശ്രീവേലിയും പടിഞ്ഞാറെ നടയിലെ വേദിയിൽ നൃത്തം ചെയ്ത കുഞ്ഞുങ്ങളുടെ ചിലങ്കകളുടെ കിലുക്കവും സംഗീതവും കാലത്തെ പിറകിലേക്ക് പായിച്ചു. അദ്ദേഹത്തിന്റെ കാൽപ്പാടുകൾ പതിഞ്ഞ കൽത്തറയിലൂടെ നടക്കുമ്പോൾ അവയെല്ലാം ഓരോ കഥകളും വ്യഥകളും പറയുന്നതായി തോന്നി. ശബ്ദായമാനമായ അന്തരീക്ഷത്തിൽ കാണാനോ കേൾക്കാനോ സാധിക്കാത്ത ഒരു നേർത്ത സ്തരത്തിനപ്പുറവും ഇപ്പുറവും പല ജന്മങ്ങളിലൂടെ അദ്ദേഹവും അവളും കാലവും, വ്യഥകളും കഥകളും ആയി അവിടം നിറഞ്ഞു.

അച്ഛൻ അകത്തേക്ക് വിളിക്കുന്നുവെന്ന് മകൾ വന്നു പറഞ്ഞപ്പോൾ അവളെഴുന്നേറ്റ് സ്വീകരണമുറിയിലേക്ക് ചെന്നു. അവിടെ സോഫയിൽ അദ്ദേഹമിരിക്കുന്നു. അവൾ വിനയത്തോടെ കൈ കൂപ്പുന്നു. അദ്ദേഹം ഇരിക്കാൻ ആംഗ്യം കാണിച്ചെങ്കിലും അവൾ ഇരുന്നില്ല.

"എന്റെ പേര് ____."

"ആ. മോള് പറഞ്ഞു." നിശ്ശബ്ദത.

"സാറിനു തരാൻ ഞാനൊരു പുസ്തകം കൊണ്ടു വന്നിട്ടുണ്ട്. നേരത്തെ വായിച്ചുവോന്ന് നിശ്ചയമില്ല."

അദ്ദേഹത്തിന്റെ മുഖം അല്പം വിടർന്നു. പുസ്തകം വാങ്ങി, പുറം ചട്ട താല്പര്യത്തോടെ നോക്കി. കണ്ണടയ്ക്ക് വേണ്ടി തിരഞ്ഞപ്പോൾ മകൾ കൈയിലേക്ക് കണ്ണട എടുത്തു കൊടുത്തു. എഴുത്തുകാരന്റെ പേരിലേക്ക് നോക്കി, പതിയെ പേജുകൾ മറിച്ചു നോക്കിക്കൊണ്ടിരുന്നു.

അദ്ദേഹം ആ എഴുത്തുകാരന്റെ മറ്റു കൃതികൾ വായിച്ചിട്ടുണ്ട്. ചില കഥകൾ അവളോടായി ഓർത്തെടുത്തു പറയുന്നു, പറഞ്ഞു കൊടുക്കുന്നു. പതിയെ ആണ് സംസാരം. അവൾ മുട്ട് കുത്തി താഴെ ഇരുന്നു, മനസ് നിറഞ്ഞു കേട്ടു. സമയം കടന്നു പോയി. പിന്നെ വീണ്ടും നിശ്ശബ്ദത. ആലോചന.

"ഒറ്റയ്ക്ക് വന്നോ?" എന്ന ചോദ്യം.

"ഒറ്റയ്ക്കാണ്" എന്ന മറുപടി. പിന്നെ ചോദ്യങ്ങളില്ല.

ഞാനൊന്ന് നമസ്കരിച്ചോട്ടെയെന്ന് അനുവാദം വാങ്ങിയതിന് പിറകെ കാലുകളിലേക്ക് കുനിഞ്ഞു നിവരുമ്പോൾ കണ്ണിൽ നീർ തിളങ്ങുന്നു. അദ്ദേഹത്തിന്റെ കൈകളുടെ തണുത്ത സ്പർശം അപ്പോഴും തലയിൽ ബാക്കി നിൽക്കുന്നു. അദ്ദേഹം തല കുനിച്ചിരിക്കുന്നു. വിരലുകളുടെ ചലനങ്ങളിൽ നിന്ന് മനസിലായി ഏതോ ചിന്തയിലാണ്.

ചായ എടുക്കട്ടെയെന്ന വീട്ടുകാരുടെ ചോദ്യത്തെ സ്നേഹത്തോടെ നിരസിച്ച് മടങ്ങാനൊരുങ്ങുന്നു.

പുറത്തേക്കിറങ്ങുമ്പോൾ വൈകുന്നേരം സന്ധ്യയിലേക്ക് മറയാനൊരുങ്ങുകയാണ്. മനസ് ആർദ്രമാവുന്നത് അവൾ അറിയുന്നുണ്ട്. മൂകാംബികയിൽ നിന്ന് തിരിച്ചുള്ള ട്രെയിൻ യാത്ര മനസ്സിൽ വന്നു. ദൂരെയെവിടെയോ സ്വപ്നം പോലൊരു ഗ്രാമത്തിൽ ഒരു കുട്ടി ഒറ്റയ്ക്കിരുന്ന് കഥകൾ എഴുതുന്നു. വരികൾക്കു പകർത്തി വയ്ക്കാനാവാത്തത്രയും വ്യഥകളെ, സ്വപ്നനിരാസങ്ങളെ കഥകളാക്കിയ ഒരു യുവാവ് ഹോസ്റ്റൽ മുറിയിൽ രാത്രി ഉറങ്ങാതിരിക്കുന്നു. ആറാം ക്ലാസ്സിലെ സാമൂഹ്യപാഠ പുസ്തകത്തിൽ അച്ചടിച്ചു വന്ന അദ്ദേഹത്തിന്റെ വരികൾ മനസിലുടക്കിയ ഒരു പെൺകുട്ടി. ആദ്യമായി അന്വേഷിച്ച് പോയ പുസ്തകത്തിന്റെ എഴുത്തുകാരൻ, കാലം സാക്ഷിയാകെ അവൾക്ക് എഴുത്തിന്റെ ലോകം മുന്നിലേക്കിട്ടു കൊടുത്തിരിക്കുന്നു.

നീണ്ട വർഷങ്ങൾ, ആളുകളുടെ കുത്തൊഴുക്കിൽ ജീവിതത്തെ പല വഴികളിലൂടെ കൊണ്ട് പോകുകയായിരുന്നു. ഒഴുക്ക് നിലയ്ക്കുകയായി, അവനവനിലേക്ക് പതിയെ തിരിയുകയായി. ആഴത്തിൽ പതിഞ്ഞതൊന്നും കാലം മായ്ച്ചു കളഞ്ഞില്ലെന്ന് അവൾക്ക് തോന്നി.

കത്തുകളെപ്പറ്റി ഒന്നും സംസാരിക്കുകയുണ്ടായില്ല. അതിന്റെ ആവശ്യവും ഉണ്ടായിരുന്നില്ല. എങ്കിലും കത്തെഴുതാൻ തീരുമാനിച്ച ആ രാത്രി മനസിലേക്ക് വന്നു. രണ്ടാം കൊറോണക്കാലത്തിന്റെ ലോക്ക്ഡൗൺ കാലം. വീട് നഷ്ടപ്പെട്ട കുട്ടി വീട് തേടുന്ന പോലെ, ആരുമില്ലാത്ത ഹോസ്റ്റൽ ഇടനാഴികളിലൂടെ ഒറ്റയ്ക്കു നടന്നു. ഇടനാഴിയുടെ അറ്റത്ത് അനാഥമായി കിടന്ന മേശയുടെ അരികെ ചെന്നിരുന്നു. ബാല്യത്തിലേക്ക് പോയി. ഇനി അദ്ദേഹത്തെ കാണാൻ സാധിക്കില്ലായിരിക്കുമെന്ന തോന്നൽ മനസ്സിനെ അലട്ടിക്കൊണ്ടിരുന്നു. കൊറോണക്കാലത്ത് ആളുകൾ ആളുകളെ ഭയപ്പെട്ടപ്പോൾ, ഒരു സന്ദർശനം അപ്രായോഗികമായി തോന്നി. കത്തെഴുതുക എന്ന തീരുമാനത്തിലെത്തിയത് അങ്ങനെയാണ്. തുടക്കമോ ഒടുക്കമോ ഗൗനിക്കാതെ മനസിലുണ്ടായിരുന്നതെല്ലാം എഴുതി നിറച്ചു. അറിയാവുന്ന അഡ്രസ്സിൽ

പിറ്റേന്ന് തന്നെ അയച്ചു. അഡ്രസ്സിലെ പോസ്റ്റ് ഓഫീസ് തെറ്റിപ്പോയെന്ന് തപാൽ വകുപ്പിൽ നിന്ന് വന്ന മൊബൈൽ സന്ദേശം പറഞ്ഞു. വൈകിയാണെങ്കിലും കത്ത് കൈപ്പറ്റിയതായി അറിഞ്ഞു.

പിന്നീട് ഒറ്റയ്ക്കായപ്പോഴൊക്കെ ഓർത്തെഴുതി. ലക്ഷ്യസ്ഥാനമെത്താതെ കത്ത് ചാക്കുകെട്ടിലൊതുങ്ങിപ്പോവാമെന്നോ, എത്തിയാലും വായിക്കപ്പെടാതെ എഴുത്തു മേശമേൽ കിടന്നേക്കാമെന്നും സങ്കൽപ്പിച്ചു.

വീണ്ടും ഈ നഗരത്തിലേക്ക് തിരിച്ചെത്തിയപ്പോൾ, കൂടെ വരാൻ ആരുമുണ്ടായിരുന്നില്ല. രാത്രികളിൽ, വായിച്ചു കൊണ്ടിരുന്ന പുസ്തകത്തിൽ നിന്ന് കണ്ണുകൾ അകലെ വഴിയിലെ ഇരുട്ടിലേക്ക് നോക്കി സ്വപ്നം കണ്ടു. ഓരോ രാത്രിയിലും ചിന്തകളെ വെളുത്ത താളുകൾ മാത്രം സ്വന്തമാക്കി. ഇന്നിപ്പോൾ ഇവിടെ ഒറ്റയ്ക്ക് കയറി വന്നു, ഒറ്റയ്ക്ക് തിരിച്ചു പോവുന്നു. ഉള്ളിലെ വിശ്വാസം ഇരട്ടിച്ചിരിക്കുകയാണ്. തമ്മിൽ ബന്ധിപ്പിക്കുന്ന എന്തോ ഒന്ന് കാലങ്ങൾക്കിപ്പുറവും നിലനിൽക്കുന്നു.

അവൾ തിരിഞ്ഞു നോക്കാനാകാതെ നടന്നു മറയുന്നു.

"ആ കുട്ടി ഇനിയും വരും."

അദ്ദേഹം, അവളുടെ വിധിയെ മുന്നിൽ കാണുന്നതു പോലെ അകലേക്ക് മിഴിയുറപ്പിച്ച് സ്വീകരണമുറിയിലെ ചെറിയ ഇരുട്ടിൽ ചിന്തയിലേക്കാഴ്ന്നിരുന്നു. മുകളിലെ മുറിയിൽ, എഴുത്തു മേശയിലെ വലിപ്പിൽ സൂക്ഷിച്ച പൊട്ടിച്ച കത്തുകളിലെ അക്ഷരങ്ങൾ മെല്ലെ പുറത്തിറങ്ങുകയായി. ഒരു പുതിയ കഥ ജനിക്കുകയായി.

അനുഷ ദേവദാസൻ